கிளிச்சிறை

சிறுகதைத் தொகுப்பு

தேவிலிங்கம்

வாசகசாலை..!

வாசகசாலை பதிப்பக வெளியீடு - 136

கிளிச்சிறை | சிறுகதைத் தொகுப்பு | விலை: ரூ.200 | ஆசிரியர்: தேவிலிங்கம் | உரிமை: ஆசிரியருக்கு | முதல் பதிப்பு: டிசம்பர் 2023 | வெளியீடு: வாசகசாலை பதிப்பகம், சென்னை- 600073 | தொடர்பு எண்கள்: 9942633833 / 9790443979 | மின்னஞ்சல்:vasagasalaipublication@gmail.com | இணையதளம்: www.vasagasalai.com | நூல் வடிவமைப்பு: ந.ரமேஷ் குமார் | அட்டை வடிவமைப்பு: சந்தோஷ் நாராயணன் | ISBN: 978-93-91367-74-9

எழுதக்கூடாதது என்று எதுவுமில்லை...

தமிழில் பெண்கள் எழுத வருவதில் ஏராளமான தடைகள் இடையில் வருகின்றன. முதலாவதாக, கதைகள் எழுதும்போது, கதைக்குள் எழுத்தாளரைக் கண்டுபிடிப்பதில் பல குடும்பத்தினர் குறியாக இருக்கிறார்கள். அவர்கள் அதிகம் கண்டுகொள்ளாமல் விட்டாலும், "உங்கள் மனைவி காமம் குறித்து நன்கு ஆழமாகக் கதைகள் எழுதுகிறார்" என்று கணவனிடம் சொல்லும் நண்பர்களும் இருக்கிறார்கள். பத்திரிகையில் பெயர், புகைப்படம் வருகையில், எங்கே கைநழுவிப் போய்விடுவாளா என்று கவலைப்படும் கணவர்கள் இருக்கிறார்கள். குடும்பப் பொறுப்புகள் பெண்களுக்குக் கூடுதல். இத்தனையும் தாண்டியே, அவர்கள் எழுத வருகிறார்கள். அதனாலேயே பெண்கள் மட்டும் அறிந்த உலகம் தமிழில் அதிகம் சொல்லப் படாமல் பல காலமாகக் காத்துக்கொண்டே இருக்கின்றது.

தேவிலிங்கத்தின் வளர்ச்சியைக் கண்முன் காண்கிறேன். "நிஜமாகவே எனக்கு எழுத வருகிறதா?" என்ற சந்தேகக் கேள்வியில் இருந்து, 'உறுமீன்', 'வாதை', 'நிர்பந்தங்கள்' போன்ற கதைகளை எழுதும் அளவிற்கு வளர்ந்திருக்கிறார். இலக்கியச் சிறுபத்திரிகைகள், இணைய இதழ்கள் எல்லா வற்றிலும் தேவியின் சிறுகதைகள் வரும் நாட்கள் அதிக தூரத்தில் இல்லை.

பலவகை அனுபவங்கள், செவிவழிச் செய்திகள், நகைத்தொழில் குறித்த தொழில்நுட்பம் ஆகியவை தேவியின்

பலங்கள். பெண்களின் உலகத்தில் இருந்து அவர்களுக்குள் மட்டுமே புழங்கும் கதைகள் இருக்கின்றன. அவை எல்லாமே அச்சுக்கு வர வேண்டுமென்றால் தேவி போலப் பல பெண்கள் எழுத முன்வர வேண்டும். எழுதக் கூடாதது என்று எதுவுமில்லை, எப்படிச் சொல்கிறோம் என்பதிலேயே கலை நுணுக்கம் ஒளிந்திருக்கிறது.

நகைத்தொழிலில் ஈடுபட்டிருக்கும் குடும்பங்களின் வாழ்வியல் அதிகம் வெளியே தெரியாது. அங்கே பெண்களின் ஆசாபாசங்கள் குறித்தும் யாருக்கும் தெரியாது. விரைவில் தேவி அந்தப் பின்னணியில் ஒரு நாவலை எழுதுவார் என்று எதிர்பார்க்கிறேன். எது வந்த போதும் எழுத்தை விடாது சிக்கெனப் பற்றிக் கொள்ளும் மனநிலை தேவிக்கு எப்போதுமிருக்க வாழ்த்துகிறேன்.

அன்புடன்
சரவணன் மாணிக்கவாசகம்

என்னுரை

உபயோகிக்கப்படாத குளக்கரை ஒன்றின் பச்சைப் பசேலென்ற பாசி படர்ந்த படிக்கட்டுப் போல, மிகச் சிறிய வயதிலிருந்தே காட்சிகள் எனது நினைவுக்குள் சேகரமாகி ஒன்றின் மேல் ஒன்றாக மெல்லிய அடுக்குகளாகப் படிந்துகொண்டேயிருக்கின்றன. சூழலின் காரணமாக நான் வாழ்க்கையின் வேறெந்தப் பாதையில் வலசைப் பறவை யெனப் பறக்க ஆரம்பித்திருந்தாலும், ஜொலித்துக் கொண்டிருக்கும் தீப்பிழம்பிலிருந்து தெறித்த சிறு வார்த்தையினால் தூண்டப்பட்டு எனக்கென ஒரு தனி அடையாளத்தை உருவாக்கிக்கொள்ள வேண்டுமென நினைத்த நொடியிலிருந்து எனது நினைவுப் பதிவுகள் கவிதைகளாக, கதைகளாக உருமாறி என் கண் முன்னே உலவுவதைக் கண்டு நானே திகைக்கிறேன். இது யார்? இவ்வளவு நாள் இந்த தேவி எங்கிருந்தாள்? கூட்டுக் குடும்பத்தின் அன்புக்கும் சண்டைகளுக்கும் உருகி, எதிர் வினையாற்றிக் கொண்டிருந்தவளுக்கு இந்த சிந்தனைகள் எங்கிருந்து வந்தன?

இதுவரை எழுதிய கதைகளில் அறிவியல் புனைவுகள் மட்டும்தான் நான் கற்பனையில் எழுதியவை. மீதிக் கதைகள் அனைத்துமே என்னைப் பாதித்த உண்மை நிகழ்வுகள்தான். அது சிறிய நிகழ்வாக இருக்கலாம், பெரிய நிகழ்வாக இருக்கலாம். அந்த நிகழ்வின் பின்னாலே தொடர்ந்து சென்று நான் காதாபாத்திரங்களையும் அவர்களின் குணங்களையும் செயல்களையும் உருவாக்குகிறேன். நான்

உருவாக்குகிறேன் என்பதை விட அந்தக் கதை அதற்குத் தேவையானவற்றை உருவாக்கிக் கொள்கிறது. இந்தக் கதைகள் என்னிடம் கதையாகச் சொல்லப்பட்டவை. காத்திரமாக என்னிடம் உரையாடப்பட்டவை. சில சம்பவங்கள் எனக்கே நிகழ்ந்தவைதான். எனக்கு நிகழ்ந்தவை எனில் நான் அந்தக் கதையின் பிரதான கதாபாத்திரத்தில் இருப்பதாக அர்த்தமில்லை. ஒரு கதையை வெறுமனே உற்றுப் பார்த்துக் கொண்டிருக்கிற மரமாக, அந்தக் கதையின் எதிர்மறைப் பாத்திரமாக, ஒரு வார்த்தையாக... ஏன், ஒரு அஃறிணைப் பொருளாகக் கூட நான் அந்தக் கதையில் இருந்திருக்கிறேன். கடலில் சிக்கிக்கொண்ட பொருட்கள் காற்றின் வேகத்தால் அலையில் அடித்தோய்ந்து எப்படி கரை ஒதுங்குகின்றனவோ அவ்வாறு நான் பார்த்த, என்னையறியாமல் எனைப் பாதித்த நிகழ்வுகள் நினைவில் மேலேறி வந்து கதைகளாக, கவிதைகளாக உருமாறுகின்றன.

எனக்கு எந்தவிதமான எழுத்துப் பின்புலமும் இல்லை. என் தலைமுறையில் நான்தான் முதலில் எழுத வந்திருக்கிறேன். ஆனால் எங்கே சென்றாலும் எப்படியோ படிப்பதற்கு நிறைய நூல்கள் கிடைத்துக்கொண்டே இருக்கும். சிறுவயதில் சாப்பிடக் கூடப் பிடிக்காமல் வாசித்துக்கொண்டே இருப்பேன். சாப்பிடும்போதும் வாசித்துக்கொண்டேதான் இருப்பேன். கற்பனைகள், கதைகள், எனது சிந்தனைகள் என்றே எனது பொழுதுகள் கழியும். பிறரிடம் பேசுவதை விட அவர்களைப் பேசச் சொல்லிக் கேட்பது மிகவும் பிடிக்கும். நிறைய கதைகள் அதன் மூலம் கிடைத்தவைதான். அந்த நிகழ்வுகள் அழகாக ஒப்பனை செய்துகொண்டு கதையாக மாறிப் பேரழகாய், என்னெதிரே உருப்பெற்று நிற்கும்பொழுது, அந்தக் கணம் அத்தனை மகிழ்ச்சியையும், பெரிய மயக்கத்தையும் உற்சாகத்தையும் எனக்குக் கொடுக்கிறது.

எனது கதைகளின் முதல் வாசகிகள், தயவுதாட்சணையின்றி விமர்சிப்பவர்கள், பிழைத் திருத்தம் செய்பவர்கள், கதையின் போக்கு குறித்து ஆலோசிப்பவர்கள், கதைமாந்தர்களின் நிலைக்காகக் கண்கலங்குபவர்கள் என எல்லாமே எனது இரு மகள்கள்தான். இருவருமே நான் சோர்ந்திருக்கும் பொழுதிலெல்லாம் எனக்கெனத் தனியாக ஒரு அடையாளத்தை உருவாக்கிக்கொள்ள

வேண்டுமென உற்சாகப்படுத்திக்கொண்டே இருப்பவர்கள். அனுசரணையாகவோ, சில சமயங்களில் போலிக் கடுமையுடனோ நடந்துகொண்டு என்னை எழுதத் தூண்டிக் கொண்டே இருப்பவர்கள். எனக்கு அவர்கள் மகள்கள் இல்லை. அவர்கள்தான் எனது அம்மா. இரா.விதூஷா அபிராமி, இரா.அமிர்தவர்ஷா இருவருக்கும் எனது நன்றிகள்.

கதையில் வரும் ஆண் பாத்திரங்களின் குணங்கள், பழக்க வழக்கங்கள், செயல்பாடுகள் முதலியவற்றை என் கணவர் கோ.இராமலிங்கத்திடம் விவாதித்துத் தெரிந்துகொள்கிறேன். “இப்படி எனக்குத் தோன்றுகிறதே! இது உண்மையா? சாத்தியமா?” என வினவும்பொழுது அப்படி இருப்பதற்கான வாய்ப்புகளையும், இல்லாமல் இருப்பதற்கான வாய்ப்புகளையும் எடுத்துரைப்பார். அவருக்கு எவ்வளவு வேலைகள் இருந்தாலும் எனக்காக நான் எழுதும் கதைகளின் ஆண் கதாபாத்திரங்களுக்காக நான் எழுப்பும் வினாக்களுக்கு நேரம் ஒதுக்கி சாத்தியக் கூறுகளை விளக்குவார். தமிழ்ப் பேராசிரியராக வர வேண்டும் என ஆசைப்பட்டவர். நன்றாக கவிதைகளும் எழுதத் தெரிந்தவர். அவருக்கும் எனது நன்றிகளை உரித்தாக்குகிறேன்.

எனது தம்பி V.நவநீத கிருஷ்ணன் (நவீன் முத்துப் பேட்டை) உடன் செல்லும் பயணங்கள் யாவற்றிலும் எங்களுக்குள் நிகழும் உரையாடல்கள் மிக சுவாரஸ்ய மானவை. யாரைப் பற்றியும் எதைப் பற்றியும் கவலைப் படாமல் தர்க்கரீதியான நியாய அநியாயங்களை பேசித் தெளிவோம். எந்தக் கதாபாத்திரங்களை அவரிடம் சொன்னாலும் அவை எப்படி இருக்கும், எப்படி இருக்க வேண்டுமென கதாபாத்திரங்களுக்கான குண நலன்களை ஆணோ, பெண்ணோ மிகத் தெளிவாகக் கூறிவிடுவார். அவை கதாப்பாத்திரங்களுக்குச் சார்ப்பற்ற தெளிவான கருத்துகளாக இருக்கும். தம்பிக்கு எப்போதும் எனதன்பு.

சிறுவயதிலிருந்தே என் அப்பாவிடம் எல்லோரும் பயந் திருக்க, நான் அவரிடம் கேள்விகள் கேட்டுக் கொண்டே யிருப்பேன். அவரும் அலுக்காமல் பதில் சொல்லிக் கொண்டே இருப்பார். எந்த விசயத்துக்கும் தயங்கியதே

இல்லை. அப்பா மின்சாரத் துறையில் அதிகாரியாக இருந்ததால், இரண்டாண்டுகளுக்கொருமுறை எங்களது ஊர்களின் இருப்பிடங்கள் மாறிக்கொண்டே இருக்கும். அதனால் நிறைய ஊர்கள், நிறைய மனிதர்கள் அவர்களின் குணங்கள் இயல்பாகவே எனக்குள் பதிந்திருக்கின்றன. மிகக் கறாரான, அறிவான அப்பா, அனைவருக்கும் மிகச் சிநேகமான, பொறுப்பான அம்மா, SNT.வெங்கடேசன் லீலா வெங்கடேசன் இருவருக்கும் நன்றிகள்.

எதாவது ஒரு சின்ன நிகழ்வோ, எழுத்தோ, வார்த்தை களோ நம் வாழ்க்கையைப் புரட்டிப்போட்டுவிடும் இல்லையா? பூமியின் அடியாழத்தில் கற்கள், பாறைகள் மணல் தாண்டி ஒளிந்து கொண்டிருக்கும் நல்ல நீர் ஊற்றைக் கண்டறிந்து வெளிக்கொணர்வது போல எழுத்தாளர் திருச்செந்தாழையின் கதைகள், அவற்றின் மொழி, மென்உணர்வுகள், நேர்மறையான சிந்தனைகள், அவரோடான உரையாடல்கள் என்னுள் எனது வாழ்க்கையில் பெரும் மாற்றத்தை உருவாக்கியவை. அவரது தாக்கம் எனது எழுத்துப் பயணத்தில் தனியாகப் பிரித்துப் பார்க்க வியலாதது. நன்றி திருச்செந்தாழை.

எனது இரண்டாவது கதையிலிருந்து எனக்குப் பெரும் பலமாகவும், பெண்கள் எழுதுவதை மனதார ஊக்குவிப்பவராகவும், சோர்ந்து விழும்பொழுதெல்லாம் வார்த்தைகளால் மீண்டெழச் செய்பவராகவும் நேர்மையான சார்பற்ற விமர்சனங்களால் தரமான சிறுகதைகளையும் எழுத்தாளர்களையும் அடையாளப்படுத்துபவருமான இலக்கிய விமர்சகர் சரவணன் மாணிக்கவாசகம் அவர்களுக்கு நன்றி.

என் கதையின் கருத்துகளையும், விமர்சனங்களையும் பகிர்ந்துகொண்டு என்னோடு துணை நிற்கும் நட்புகள், சக எழுத்தாள நண்பர்கள் அனைவரையும் இந்த நேரத்தின் நெகிழ்வோடு நினைத்துக்கொள்கிறேன்.

அன்புடன்

தேவிலிங்கம்

வேதாரண்யம்

24.09.2023

நன்றி

ஓவியர் & அட்டை வடிவமைப்பாளர் சந்தோஷ் நாராயணன்

குங்குமம் – கே.என்.சிவராமன்

தமிழ்வெளி – சமயவேல்

கலகம் – சந்தோஷ் குமார்

வாசகசாலை – கார்த்திகேயன், அருண்

செங்காந்தள் – சரவணன் ராமச்சந்திரன்

தமிழ் டு தமிழ் – மதுரை ஓ முருகன்

கலக்கல் ட்ரீம்ஸ் – தசரதன்

சுவடு – நல்லு லிங்கம்

இத்தொகுப்பை வெளியிடும் வாசகசாலை பதிப்பகம்

அறை

“ஏன்டி பரிமளா? யாருக்கு கல்யாணம்? இவ்வளவு ஜொலிப்பா வந்துருக்க! ஆப்பிளு, ஆரஞ்செல்லாம் அமர்க்களப்படுது... ஏதாவது விசேஷம்னாதான் படியேறி பத்திரிகைய தூக்கிட்டு வர்றீங்க! பக்கத்து தெருதான்... இருக்கோமா, இல்லையான்னு நீயாச்சும், உன் மாமியாராச்சும் ஒரு எட்டுப் பார்க்கறீகளா?” என்று எரிச்சலாகக் கேட்ட கனகத்தைப் பார்த்து சிரித்துக்கொண்டே, “இல்லை அத்த. வீட்ல மாடு கன்னு போட்டுருக்கு, அத்தைக்கு வேற உடம்பு முன்ன மாதிரி இல்ல. மாமாவப் பத்திதான் இந்த ஊருக்கே தெரியுமே! நில்லுன்னா நிக்கணும். உட்காருன்னா அம்புட்டுப் பேரும் உட்காரணும். ரொம்ப சோலியா இருக்கு. புள்ளைங்க வேற ஸ்கூலுக்கு போகுதுங்க! நேரமே இல்லத்த!”

“ஆத்தாடி... பங்கஜம் எப்படி இருக்கா? அப்படியே தன்னை மாதிரியே மருமகளை வளர்த்து வச்சிருக்காடி! உன் மாமியார் மாதிரியே பேசுறடி பரிமளா. உன் பேச்சுல மயங்காதவோ இருக்காவோளா? உள்ள வா! கட்டில்ல உட்காரு! வாங்க தம்பி உள்ளார, என்ன அப்படி திகைச்சிப் போய் நிக்கிறீங்க? உள்ள வந்து உட்காருங்க! சொந்தக்காரவோ ஒரு எட்டு வந்து எட்டிப் பார்க்க மாட்டேங்கறீங்களேன்னு ஆதங்கம் அவ்வளவுதான்! மனசுல எதும் வச்சிக்காதீங்க தம்பி. வாங்க... வாங்க. இந்தக் கட்டில்ல உட்காருங்க” என்று சடாரென முகபாவனைகளை மாற்றிக்கொண்டு வரவேற்பவளை சிறிது கடுகடுப்பான முகத்துடன் ஏறிட்டான் மாணிக்கம்.

அங்கே சிரித்துக்கொண்டே கனகத்திடம் பேசிக் கொண்டிருந்த பரிமளத்தைப் பார்த்ததும் மனதிற்குள் மெல்லிய தென்றலென ஒரு பெருமிதம் எழுந்தது.

மாநிறத்தில் துலக்கி வைத்த குத்து விளக்குப் போல் அத்தனை தெளிவாக இருந்தது பரிமளத்தின் முகம். துருதுருவென சிறிய விழிகள், அகன்ற நெற்றி, அகன்ற மூக்கு, சிறிய உதடுகள் என வசீகரம் இல்லையெனினும், பார்ப்போரை, 'லெட்சுமிக்களை' எனச் சொல்ல வைக்கும் முகம். அதுபோலவே அவள் வந்ததிலிருந்து வாழ்விலும் குடும்பத்திலும் ஏற்றம்தான்.

அவ்வப்பொழுது மாமியாருக்கும், மருமகளுக்கும் சண்டை வந்தாலும் அது எல்லை மீறிப் போனதில்லை என நினைத்துக்கொண்டிருந்தவனிடம், பித்தளை லோட்டாவில் தண்ணீரை நீட்டினாள் கனகம். நிரம்பி வழிந்த தண்ணீரைக் கீழே சிறிது சிந்திவிட்டு, அண்ணாந்து குடித்த வேகத்தில் வெயிலின் காட்டம் புரிந்தது.

“யாருக்கு கல்யாணம் பரிமளா? நடுவுள்ளவனுக்குதான் மதுரையில பொண்ணெடுத்து கல்யாணம் பண்ணீட்டீங்களே? அட, செல்வத்துக்கா கல்யாணம்? புள்ளைங்க எவ்வளவு வேகமா வளருதுங்க! என்ன வயசு ஆகுது அவனுக்கு?”

என்று கேட்டுக்கொண்டே, பரிமளத்தின் கழுத்தையும், காதையும் நோட்டமிட்ட கனகத்திடம்,

“அது வந்து சித்திரை வந்தா முப்பது வயசு ஆகுது அத்தெ. எனக்கும் சின்ன அத்தானுக்கும் ஒரே வயசுதான். நான் இந்த வீட்டுக்கு கல்யாணம் பண்ணி வந்தப்ப பண்ணன்டாவது படிச்சிட்டு இருந்தாங்க”

என்றவளின் விழிகளில் சிறு மின்னல் தெறித்து ஓடியதைக் கவனித்த கனகம், 'கழுத்துல போட்டுருக்குற வைர அட்டிகைய விட ஜொலிப்பா இருக்கே' என எண்ணிக்கொண்டாள்.

“நாளை மறுநாள் கல்யாணம். இன்னைக்கே வீட்டுக்கு வந்துடுங்க அத்தெ. நீங்க வந்துதான் எல்லாம் செய்யணும். நீங்கதான் ராசின்னு அத்தை உங்கள்ட்ட சொல்லச் சொன்னாங்க, இந்தாங்க குங்குமம் எடுத்துக்கங்க, மாமாட்ட வந்துட்டுப் போனதாவும், ரொம்ப விசாரிச்சதாவும் சொல்லுங்க அத்தெ... இந்தாங்க பத்திரிகை”

"ஏங்க, இங்க வாங்க தட்டைத் தூக்க முடியல ஒரு கையப் போடுங்க" என்று கணவனிடம் சொல்லிக்கொண்டே அவன் வரும் முன் தட்டை கனகத்திடம் கொடுத்திருந்தாள் பரிமளா. அவள் அப்படித்தான்.

எல்லாவற்றிலும் தான் முன்னாடி நிற்க வேண்டும், தனக்கே மரியாதை அனைத்தும் வந்து சேர வேண்டும் என நினைப்பவள். நினைப்பது மட்டும் அல்லாமல் அதற்காக மெனக்கெடுபவள்.

"பெரியம்மா, பெரியப்பாட்ட நான் வந்து அழைப்பு கொடுத்தேன்னு சொல்லுங்க, கடையில பார்த்து நான் நேரா சொல்லிடுறேன். கஸ்டமர் வந்து காத்திருக்காங்களாம் போன் மேல போன் வருது"

என்று மாணிக்கம் சொன்னவுடன் ஊதாரியாய் ஊர் சுற்றும் தன் மகனின் வயதும், அவனது திருமணம் பற்றிய நினைப்பும் பாறை ஊறும் எறும்பு போல கனகத்தின் மனதில் ஊறத் தொடங்கியது. அதை முகத்தில் வெளிப்படுத்தி விடாமல் சாமார்த்தியமாய் முகத்தைத் துடைப்பது போல் சாதாரணமாக,

"ஏன்டி அம்மா, பொண்ணு எந்த ஊருன்னு சொல்லாம போற? இருடி, பால் கறக்கறேன். ஒரு வாய் காப்பித்தண்ணி குடிச்சிட்டுப் போ!" என்றாள். ஆனால், 'நீங்கல்லாம் எங்க வீட்ல காபி குடிப்பீங்களா? உனக்கு எங்க நேரம் இருக்கப்போகுது!' எனச் சொல்வதான உள்ளர்த்தம் புரிந்தது பரிமளத்திற்கு. "வேணாம் அத்தெ. நான் இப்பதான் குடிச்சிட்டு வந்தேன். தட்டு உங்களுக்குதான். பொண்ணு எட்டுகுடி. வந்துருங்க அத்தெ. நான் கிளம்பறேன். தலைக்கு மேல வேலை இருக்கு. முக்கியமான வீடுகளுக்கு மட்டும்தான் நாங்க வந்தோம். மீதிக்கெல்லாம் கடைப்பையனிடம் பத்திரிகை கொடுத்துவிட்டாச்சு. கடைக்கு லேட்டாகுதுன்னு பறக்குறாங்க. நான் வர்றேன் அத்தெ" என்று கனகத்தின் வீட்டிலிருந்து முன்னமே இறங்கி விருவிருவென்று நடந்துக்கொண்டிருந்த மாணிக்கத்தை நோக்கி ஓட்டமும், நடையுமாய் சென்றாள் பரிமளா.

காலை ஐந்து மணிக்கு, வருபவர்களை வரவேற்க, பந்தலின் முகப்புக்கு மாணிக்கத்தோடு சென்றவள், காலை உணவு சாப்பிடக் கூட முடியவில்லை. கூட்டம் வந்துக்கொண்டே

இருந்தது. கொஞ்சம் கூட்டம் குறைந்ததும் பரிமளா உள்ளே எட்டிப் பார்த்தால், அங்கிருந்து பார்ப்பதற்கு திருவிழா தேர்போல அலங்கரிக்கப்பட்ட மேடையும், அதில் மாப்பிள்ளையாய், சின்ன கொழுந்தன் செல்வமும், மணப்பெண்ணாய், பேரழகியாய் மதுபாலாவும் தெரிந்தார்கள்.

அணையை மீறி அலையடித்துப் பொங்கிக்கொண்டே இருக்கும் வெள்ளம் ஒரு நொடியில் அணையை உடைத்துப் பேரொலியோடு ஆங்காரமாய் கிளம்புவது போல், ஏதோ ஒரு புரியாத உணர்வு பரிமளாவிற்குள் எழுந்தது.

திடீரெனக் குமட்டுவது போல் உணர்வு வர சாப்பிட்டு விட்டு வருவதாக மாணிக்கத்திடம் கூறிவிட்டு, உள்ளே நாற்காலியில் வந்து அமர்ந்தாள் பரிமளா.

அங்கிருந்து மேடை தெரிந்தது. செல்வத்தைப் பார்த்தாள். இத்தனை கம்பீரமானவனா செல்வம்? எத்தனை லட்சணமாக இருக்கிறான் என்று நினைத்துக் கொண்டே தன் கணவனின் முகத்தைப் பார்த்த பொழுது, முதன்முதலாக மாணிக்கம் முகம் ரொம்ப அவலட்சணமாக பரிமளத்திற்கு தோன்றியது.

அங்கே மேடையில் கலகலப்பாக, புது மனைவியிடம், பேசிக்கொண்டும், சிரித்துக்கொண்டும் இருந்த செல்வத்தைப் பார்த்த பரிமளத்திற்கு, செல்வம் புத்தம் புதியவனாகத் தெரிந்தான். இதுவரை தான் பார்த்த, அமைதியான, தான் இருக்கும்பொழுது வீட்டிற்குள் கூட அதிகமாக வராத, தன் சமையலை விரும்பிச் சாப்பிடும் செல்வம் திடீரென ஒரே நாளில் ஒரு சிறு பெண்ணிற்காகத் தன் இயல்பை மாற்றிக் கொள்பவனாக மாறியதை அவளால் ஏற்றுக்கொள்ள முடியவில்லை. தான் செல்வத்தைப் பற்றி நினைந்திருந்ததற்கு வேறாக அவன் மாறியது அவளுக்குச் சுத்தமாகப் பிடிக்கவில்லை. கையிலிருந்து பிடுங்கப்பட்ட அதிகாரமாய் செல்வத்தை நினைத்தாள். தனக்கு வேண்டியவற்றை வாங்கித் தரும் சிறுவனாக, தன் குழந்தைகளிடம் விளையாடுபவனாக, தன் சண்டைகளை சமரசம் செய்யும் சின்னப் பையன், இன்னொருவளுக்கு அருகில் பெரிய ஆளாக, அவளைப் பாதுகாப்பவனாக, பெரிய மனிதனாக மாறிப்போனது குறித்து அவளுக்கு சரி செய்ய முடியாத இயலாமை வந்தது.

இவன் எனது உடமை என்ற எண்ணமும், அந்த உடமையைப் பறிக்க வந்தவள் என்று மதுபாலாவின் மேல் பொறாமையும், சிறிது சிறிதாக பற்றிக்கொண்ட காட்டுத் தீயைப் போலக் கொழுந்துவிட்டெரியத் தொடங்கியது.

“பரிமளா, என்னடி இங்க வந்து உட்காந்திருக்க? காபி தரவா?” என்று கேட்டுக்கொண்டே வந்தாள் பரிமளாவின் அக்கா சுகந்தி.

“ஏன்டி, நீயும் படிக்கல, உனக்கு அடுத்து வந்த யமுனாவும் படிக்கல. அப்பறம் ஏன்டி உன் கடைசி கொழுந்தனுக்கு மட்டும் படிச்ச பொண்ணாப் பார்த்தீங்க? ரொம்ப வசதியான இடம் போல, பொண்ணு வேற ரொம்ப அழகா இருக்காளேடி! எப்படி இவனுக்கு கொடுத்தாங்க? ஏதாவது சீக்கு கீக்கு இருக்குமோடி? போச்சி போ, உன் வீட்ல இனி உன் பேச்சை யாரும் கேட்கப் போறதில்ல. இனி நீ அவ்வளவுதான்” என்றவளைக் கண்களால் எரித்துவிடுவது போல் பார்த்துவிட்டுப் பதில் பேசாமல் நகர்ந்தாள் பரிமளா.

”பெரிய இவ, திமிர் பிடிச்ச நாயி. நல்லா வேணும். திமிரெல்லாம் இனி அடங்கிடும்” என எண்ணிக்கொண்டே தாம்பூலப்பை வாங்கச் சென்றாள் சுகந்தி.

அன்றிரவு பரிமளத்திடம் கெஞ்சிக்கொண்டிருந்தான், மாணிக்கம்.

“பரிமளா நமக்கு கல்யாணம் ஆகிப் பத்து வருசமாகுது...”

“அதுக்கு இப்ப என்ன பண்ணனும்னு சொல்றீங்க?”

என்ற பரிமளாவின் கண்களில் முன்னால் விட்டுவிட்டு பின்னால் வேட்டையாடும் பசித்த நரியின் தந்திரச் சாயல்.

”இல்லம்மா. நம்ம வீட்ல இருக்கறது ரெண்டு ரூம்தான். இருக்கறதுல இதுதான் பெருசு. இன்னொன்னுல மூர்த்தி இருக்கான். அவன் பச்சப்புள்ளைய வச்சிருக்கான். அப்பா அப்பவே வயல் வீட்டுக்கு நம்மள போகச் சொல்லிட்டாரு. நீதான் அங்க வரமாட்டேங்கிற. இதுதான் ராசியான ரூம். எல்லார் விஷேசமும் இங்கதான நடந்துச்சி? அம்மா உன்ட்ட சொல்லச் சொல்லுது. நீ வெளில எழுந்திரிச்சி வந்தாதான் அறைய ஏற்பாடு பண்ணனுமாம்..”

இதைக் கேட்டதும் சுவரைப் பார்த்து திரும்பி நின்றுக்கொண்டிருந்த பரிமளாவின் முகத்தில், வெறுப்பு

உச்சத்தைத் தொட்டு, முகமே ஆங்காரமான சிவப்பு நிறமாக மாறிக்கொண்டிருந்தது. எந்த முகம் களையாகத் தெரிந்து கொண்டிருந்ததோ, அது கூர்ந்து பார்க்கவே அச்சமூட்டுவதாக, விகாரமாக மாறிக்கொண்டிருந்தது. எண்ணங்கள்தான் முகத்தின் கண்ணாடி. எண்ணங்கள் சரியில்லையெனில், சரியில்லாத முகத்தைத்தான் அது பிரதிபலிக்கும்.

என்ன சொன்னாலும் இப்பொழுது தனது பேச்சு எடுபடப் போவதில்லை எனத் தெரிந்தவள் தூங்கிக் கொண்டிருந்த ஸ்வேதாவைத் தூக்கி தோளில் போட்டுக் கொண்டு ரூமை விட்டு வெளியே வந்தாள்.

எதிரே பால்சொம்போடு, நிற்கும் மதுபாலா இவளைப் பார்த்து சிரிக்க, இவள் பார்க்காதவாறு முகத்தைத் திருப்பிக்கொண்டாள்.

திடீரெனப் புறக்கணிக்கப்படும் காரணம் புரியாது குழம்பும் மதுபாலாவின் சுணங்கிய முகத்தைக் கண்டு பரிமளாவின் மனம் அந்தரங்கமாக ஆனந்திக்கத் தொடங்கியது.

அனைவரும் அசதியில் தூங்கத் தொடங்க, நள்ளிரவு வரை பொறுமையாக இருந்த பரிமளாவுக்கு மனம் பரபரக்கத் தொடங்கியது,

"ஏதேனும் செய்...உனது அறையில்... உனக்குப் பிடித்தமானவன்... வேறொரு பெண்ணோடு" என மனம் தூண்ட ஆரம்பித்தது. தூக்கிக்கொண்டிருந்த ஸ்வேதாவின் ஆடை மேலே ஏறி தொடைகள் தெரிந்தன. ஒரு நிமிடம் கூட மகளென யோசிக்கவில்லை. தொடையில் பிடித்து நறுக்கெனக் கிள்ளினாள் பரிமளா.

அலறிய குழந்தையின் குரல் கேட்டுப் பதறி எழுந்து விளக்கைப் போட்டான் மாணிக்கம்.

"ஏங்க பாப்பாக்கு பசி வந்துட்டுப் போல, பால்பாட்டில் ரூம்ல இருக்குதுங்க, இப்ப என்ன பண்றதுங்க?" என அப்பாவியாய் முகத்தை வைத்துக்கொண்டு கேட்பவளை, செய்வதறியாது பார்த்தான் மாணிக்கம். குழந்தையின் அழுகை பெரிதாகிக்கொண்டே இருந்தது.

"சரிடா, இரு நான் போய் கதவைத் தட்டி பாட்டிலை வாங்குறேன்" என கதவைத் தட்டச் சென்ற பங்கஜத்தின் பின்னாலேயே போய் நின்றுக்கொண்டாள் பரிமளா.

கதவைத் தட்டியதும், உள்ளே சிறிய பரபரப்புக்குப் பின் சட்டென்று கதவு திறக்கப்பட்டது. உடனே அங்கு எதுவும் சொல்லாமல் திடீரென உள்ளே நுழையும் பரிமளத்தைக் கண்டதும் அவிழ்த்திருந்த உடைகளை அணிய நேரமில்லாமல், அருகே கிடந்த போர்வையை சுற்றிக்கொண்டு சுவரோரத்தில் குறுகிக்கொண்டவளைப் பார்த்ததும், 'நீ எத்தனை அழகாய் இருந்தாலென்ன, படிச்சிருந்தாலென்ன, உன்னை நிம்மதியாக வாழ விடுகிறேனா பார்' என்ற ஆணவம் தலை தூக்கியது. இவ்வளவு நாள் தனித்து குடும்பத்தை அடக்கி ஆளும் திமிருடன், அங்கே நிர்கதியாய், நிர்வாணமாய் நிற்பவளை, அப்படி நிற்க வைத்த மகிழ்ச்சியுடன் பால்பாட்டிலை எடுத்துக்கொண்டு வெளியேறினாள் பரிமளா.

திடீரெனத் திறந்துவிட்ட கதவுகளின் வழியே அப்பட்டமாக்கப்பட்ட தனது நிர்வாணமும், கணவனின் மேல் இருந்த முதல் நம்பிக்கை தகர்த்தப்பட்ட நிகழ்வும், தந்த அதிர்ச்சி தாளாது உறைந்திருந்தாள் மது.

என்ன அவசரமாக இருந்தாலும், தன்னை எழுப்பி உடைகளை சரிசெய்யச் சொல்லாத கணவனின் தன்உணர்வில்லாத, பதற்றம் குறித்து மதுபாலாவிற்குள் மகிழ்ச்சியின் முழுமையில் ஏதோ ஒன்று விழுந்து உச்சியிலிருந்து கீழாக உடைபடத் தொடங்கியது.

தொடரும் நாட்களில், சொந்தமில்லாத அறையில், எப்பொழுது கதவு தட்டப்பட்டு திறக்கப்படப் போகிறதோ எனப் பயந்துகொண்டே உடை அவிழ்க்க யோசிப்பவளாய் மாறியிருந்தாள் மது.

காலை முழுவதும், பரிமளா அவள் அறையில் படுத்துக்கொண்டோ, குழந்தைகளை அங்கே தூக்கிக் கொண்டுபோய் வைத்துக்கொண்டோ, ஏதேனும் சாக்கு சொல்லி, பகல் நேரத்தில் செல்வமும், மதுபாலாவும் தனியாக அறையில் சந்திப்பதைத் தடுத்திருந்தாள். இரவு எவ்வளவு தாமதிக்க முடியுமோ, அவ்வளவு தாமதித்து அறையை விட்டு நகர்ந்தாள்.

அன்று வழக்கம் போல மதுபாலா குளித்துவிட்டு உள்ளே நுழையும்பொழுது, கூடத்தில் ஆசாரி வேலை நடந்து கொண்டிருந்தது. அங்கே நட்டநடுவில் புதிதாக

மர அட்டையால் அடைக்கப்பட்ட ஒரு அறை தயாராக இருந்தது.

"அத்தெ! அத்தை! இது என்னத்தெ புதுசா இருக்கு? யாருக்கு இது? கூடத்துல ஏற்கனவே காத்து வராது. இது வேற ரொம்ப குட்டியா இருக்கே! மூச்சே விட முடியாதுல்ல, தும்முனாக் கூட வெளில குரல் கேட்கும். அதுவும் கூடத்துல எல்லாரும் சுத்திலும் இருப்பாங்கல்ல!" எனக் கூறிக்கொண்டே அந்த ப்ளைவுட்டால் செய்யப்பட்ட அறையை சுற்றிப் பார்த்தாள் மதுபாலா. அவள் வீட்டில் அவள் பாட்டி காலத்தில், உயர்ந்த, விலைமதிப்புள்ள பொருட்கள் வைப்பதற்காக செய்யப்பட்ட தேக்கு மரத்தினால் செய்யப்பட்டு, வழவழப்பாக இளைக்கப்பட்டு பூ வேலைப்பாடுகள் செய்த, பெட்டகம் இருக்கும். அது மாதிரி இது கொஞ்சம் பெருசு என மனதில் நினைத்துக்கொண்டாள்.

அன்று இரவு கடையிலிருந்து, செல்வம் வந்ததும், பங்கஜம் அவனிடம் பரிமளா நேற்றிரவு கொல்லையில் போய் படுத்துவிட்டதாகவும் மாணிக்கம், அவளை சமாதானப் படுத்தி கூட்டிக்கொண்டு வந்ததாகவும் கிசுகிசுப்பாக சொல்லியது மதுபாலாவின் காதுகளில் விழுந்தது.

செல்வம் பரிமளா அறையிலிருந்து மெத்தை தலையணைகளைக் கொண்டு வந்து, அந்த மரஅறையில் போட்டுவிட்டு, மதுபாலாவைப் பார்த்தான். அப்பார்வை அவளிடம் மன்னிப்புக் கோருவதாக இருந்தது.

எப்பொழுதுமே தன்னைச் சுற்றி சத்தங்கள் கேட்டுக்கொண்டே, தொலைக்காட்சியில் ஓடும் காட்சிகளுக்கேற்ப, கனவுகள் வந்துகொண்டே, புணர்தல் பொழுதில் கூட சத்தம் எழுப்ப முடியாத மதுபாலா, எந்நேரமும் உள்ளே என்ன நடக்கிறது என யூகித்துக்கொண்டே இருக்கும் மனிதர்கள் மற்றும் தன் முதல் குழந்தை வயிற்றிலேயே இறக்கக் காரணமான, ஒவ்வொரு நாளும் மனஉளைச்சலைத் தந்துகொண்டே இருந்த அந்த அறைக்குத் திரும்ப வர முடியாதெனக் கூறிவிட்டு, அப்பா வீட்டிற்குச் சென்றுவிட்டாள்.

***

“வாங்க சம்பந்தி உள்ள வாங்க!”

என்று அழைத்துக்கொண்டே பெரிய வேலைப்பாடுகளுடன் கூடிய சந்தனப் பேலாவில் உள்ள சந்தனத்தை நீட்டினாள் மாலதி.

மாலதி அந்த ஊரின் பெரிய மளிகைகடை முதலாளியின் மனைவி.

“வர்றேன் சம்பந்தி! மூணு அழைப்பு முடிஞ்சிருச்சி, பொண்ணக் கொண்டுவந்து விட்டுட்டுப் போகலாம்ன்னு வந்தோம்” என்றாள் பரிமளா. ஸ்வேதாவின் அம்மா.

“சம்பந்தி, முறைப்படி சீர்வரிசை, பலகாரமெல்லாம் கொண்டு வந்திருக்கோம். உங்க சொந்தக்காரங்களுக்கெல்லாம் கல்யாணப் பலகாரம் கொடுத்திடுங்க சம்பந்தி. யமுனாஞ் அந்த வெள்ளிக்குடம், வெள்ளி சாமானையெல்லாம் சாமி ரூம்ல கொண்டு போய் வைய்யி. ஏய் அபிகுட்டி!அம்மாவக் கூப்பிடு! மதுபாலா..மதுபாலா... ஓ இங்கதான் இருக்கியா? அந்த நகைப்பெட்டியில தங்கக் கொலுசு இருக்கு. எடுத்துட்டு வந்து சம்பந்திட்ட நல்லாருக்கான்னு காட்டு” என்று ஓர்படியாள்களுக்கு ஆணைகளைப் பிறப்பித்துக் கொண்டிருந்தாள் பரிமளா.

“இங்க வந்து பாருங்க சம்பந்தி, இந்த ரூம் பிடிச்சிருக்கான்னு...” மாலதி கைகாட்டிய இடத்தில் புதிதாக முளைத்திருந்தது ப்ளைவுட்டால் அடைக்கப்பட்ட அறை.

“அது ஒண்ணும் இல்ல சம்பந்தி. காசு பணத்துக்கு நமக்கென்ன குறைச்சல்? பத்து வீடு இருக்கு. ஆனா பாருங்க, இந்த வீட்லதான் ஒண்ணாயிருக்கோம். மாப்பிள்ளை பாரீன்லேர்ந்து வந்திருக்காரு. அவருக்கு மாடியில இருக்கற ரூமை கொடுத்தாச்சி, கீழ இருக்கற ரூம்ல பெரிய மருமக மாசமா இருக்கு. அதையும் கேட்க முடியாது. கொஞ்ச நாள்தான் ஸ்வேதா, கொஞ்சம் அனுசரிச்சிக்கம்மா” என்ற மாலதியைப் பார்த்து தலையாட்டினாள் ஸ்வேதா.

பரிமளாவிடம், “என்னக்கா இது! நாம மதுபாலாவுக்கு அடைச்சிக் கொடுத்த ரூம் மாதிரியே இருக்குது...” எனக் கேட்டுக்கொண்டிருந்தாள் யமுனா. பரிமளத்தின் இரண்டாவது ஓர்படியாள். “ரொம்ப கஷ்டமால்ல இருக்கும். பாவம் புள்ள!” என்று மெதுவாகக் குத்திக் காண்பித்தாள்.

அந்த ப்ளைவுட் அறையையும், ஸ்வேதாவையும் மாறி மாறி சலனமே இல்லாமல் பார்த்துக்கொண்டிருந்தாள் பரிமளா. மௌனம் நிறைய நேரங்களில் பாவங்களின் பரிசு. தூரத்தில் நகைப்பெட்டியோடு வந்து கொண்டிருந்த மதுபாலாவின் முகத்தில் அந்த அறையைப் பார்த்ததும் பெரிய சந்தோஷம் தெரிவது போல் அவளாகவே நினைத்துக்கொண்டாள் பரிமளா.

வக்கிரம்

1

கீதா முற்றத்தில் மலை மாதிரிக் குவிந்திருந்த பாத்திரங்களைப் பரபரப்பாகத் தேய்த்துக் கொண்டிருந்தாள். உள்ளே சமையலறையில் எழிலரசி பாத்திரங்களை வேண்டுமென்றே, 'டங் டங்' என உருட்டிக்கொண்டே, மேலும், மேலும் பருக்கை ஒட்டிய அழுக்குப் பாத்திரங்களைக் கொண்டு வந்து முற்றத்தில் பாத்திரம் விளக்கிக் கொண்டிருந்த கீதாவிடம் போட்டுக் கொண்டேயிருந்தாள்.

"உன்னை, லீவு போடுறதா இருந்தா, முன்கூட்டியே சொல்லிட்டு லீவு போடுன்னு ஆயிரம் தடவை சொல்லிட்டேன். திருவிழாவுக்கு விருந்தாளிங்க வந்து குவிஞ்சிருக்காங்க, நீ பாட்டுக்கும் வராமப் போயிட்ட, உனக்கெல்லாம் எவ்வளவு செஞ்சாலும் நன்றியே இருக்காது. புருஷன் இல்லாம, ஒத்தை பொம்பளைப் புள்ளைய வச்சிட்டு கஷ்டப்படுறியேன்னு வேலைக்கு வச்சிக்கிட்டேன் பாரு, என் புத்திய செருப்பால அடிக்கணும்" என்று மூச்சு விடாமல் கத்திக் கொண்டிருந்தாள் எழிலரசி.

"அக்கா! பாப்பாக்கு உடம்பு சரியில்லைக்கா, என்னன்னு தெரியல, கலகலப்பாவே இருக்க மாட்டேங்குது புள்ளை. சரியா சாப்பிடறது இல்லை. படிக்கறது இல்லை.

நைட்டெல்லாம் தூக்கத்துல ஒரே அலறல் அக்கா. அதான் காடந்தேத்தி அய்யனார் கோவிலுக்கு கூட்டிட்டுப் போய் மந்திரிச்சி முடிகயிறு வாங்கிட்டு வந்தேன்க்கா. இங்க பாருங்க கையில முடிகயிறு கட்டிருக்கேன். அவரு போனதுக்கப்பறம் ஒத்தப் பொட்டப்புள்ளைய வச்சிட்டு நாய் படாதப்பாடு படுறேன்க்கா.

இந்த சாய்பாபா எப்பதான் கண் தொறப்பாரோ தெரியல. படுக்கக் கூட இடமில்லாம அண்ணன் வீட்டுல ஒண்டிட்டு இருக்கேன்க்கா, எங்கண்ணி ஒரு ஊமக் கோட்டான். ஊமை ஊரைக் கெடுக்கும். பெருச்சாளி வீட்டக் கெடுக்கும்னு சும்மாவா சொன்னாங்க, என் புள்ளைய நின்னா குத்தம் சொல்றா, உட்காந்தா குத்தம் சொல்றா, நைசா எங்கண்ணன்ட்ட போட்டுக் கொடுத்துட்டு, என்கிட்ட நல்லவ மாதிரி நடிக்கிறாக்கா.

எங்கண்ணன் தங்கமான மனுசன் என் மேலயும், பாப்பா மேலயும் அவ்வளவு பிரியம். எங்க போனாலும் பாப்பாவுக்கு ஏதாவது வாங்காம வரமாட்டாரு. என் நிலைமையப் பாருங்க, சிக்கி சீரழியுறேன். அவரு இருந்தா இந்த நிலைமை எனக்கு வருமா?" எனக் கூறிக்கொண்டே கண் கலங்கியவளைப் பார்த்த எழிலரசிக்கு என்னவோ போல் ஆகிவிட்டது. "இருடி அழாத! கடவுள் எல்லாருக்கும் நல்லது செய்வான். உன் பொண்ணு படிச்சி, பெரியாளா வந்து உன்னை உட்கார வச்சி சோறு போடுவாடி அழாத, இரு டீப்போட்டுத் தர்றேன்." என்று திரும்பப் போனவளிடம்,

"அக்கா பாப்பாக்கு பஞ்சு... அதான்க்கா இந்த விஸ்பர் இருந்தா நாலு கொடுங்கக்கா. மாசக்கடைசி, யாரு வீட்லையும் இன்னும் சம்பளம் வாங்கல, தீட்டாவுற சமயம், தப்பா நினைச்சிக்காதீங்க அக்கா. ஆறாவுதுலையே யாரு இத வயசுக்கு வரச் சொன்னா? அது வேற பெரிய ரோதனையா இருக்குக்கா. ஒண்ணுமே தெரியல அந்தப் புள்ளைக்கு, டிரஸ்ஸெல்லாம் போட்டு இழுப்பிக்குது. நான் எதுக்குன்னு பார்க்கறது? வேலைக்குப் போவனா? புள்ளையப் பார்த்துட்டே உட்காந்துருப்பனா? எல்லாம் என் தலைவிதி" என அலுத்துக் கொண்டவளைப் பார்த்து, "தர்றேண்டி வாங்கிட்டுப் போ, அழகுப் பொண்ணுடி உன் பொண்ணு. நீ வேணா பாரு. மாப்பிள்ளை வந்து கொத்திட்டுப் போயிடுவான்" என்று சொல்லிவிட்டு டீ போட உள்ளே சென்றாள் எழிலரசி.

தனியாக வைத்திருந்த கரிப்பாத்திரங்களை, சபீனாவும், பொடியாக நுனுக்கி வைத்திருந்த செங்கல் தூளையும் போட்டு, கரகரவென விளக்க ஆரம்பித்தாள் கீதா. பாத்திரத்தில் கற்துகள் பட்டு எழும் சத்தத்தில் பல் கூசியது.

விளக்கிக்கொண்டே, மகளைப் பற்றிய நினைவுக்குள் மூழ்கினாள் கீதா. 'ஏன் இந்த ரம்யா குட்டி இப்படிப் பண்ணுது.? போன மாசம் வரைக்கும் துறுதுறுன்னு ஓரிடத்தில நிக்காம ஓடிட்டே இருக்குமே, சாப்பிடாம மெலிஞ்சி போய், எங்கையோ வெறிச்சிப் பார்த்துக்கிட்டே உட்காந்திருக்காளே, ஸ்கூல் விட்டு வந்ததும் சாப்பிடக் கூட இல்லாம, சுருட்டிப் படுத்துகுறானு அண்ணி சொன்னாங்களே, மேனகாகிட்ட கூட சரியா விளையாடுறதில்லையாம்ல, மேனகாக்கு ரம்யாவ விட ஒரு வயசு கம்மி, என்னதான் அண்ணன் பொண்ணுன்னாலும், ரம்யா அழகு மேனகாவுக்கு கிடையாது.' என ஏதேதோ சம்பந்தம் சம்பந்தமில்லாமல் நினைத்துக் கொண்டிருந்தவள்... சீக்கிரம் வீட்டுக்குப் போய் மகளைக் காணவேண்டும் என வேகமாக வேலைகளைப் பார்க்க ஆரம்பித்தாள்.

எழிலரசி போட்டு வந்து கொடுத்த டீயைக் கூட அவளுக்கு குடிக்க மனசில்லை. மகள் ஞாபகம் நெஞ்சை அடைத்தது. யாராவது பார்க்கிறார்களா? எனச் சுற்றிலும் பார்த்துவிட்டு, டீயை சாக்கடையில் ஊற்றிவிட்டு, விரைவாக வேலையை முடிக்க ஆரம்பித்தாள்.

2

அந்த ஊரின், கோவிலுக்கு அருகே ரம்யா படிக்கும் பள்ளிக்கூடம் இருந்தது. கோவில் தேர் அந்தப் பள்ளிக்கு அருகிலேயே எப்பொழும் இருக்கும். அதில் ஏறி, கயிறு கட்டி இழுக்க செய்யப்பட்ட வளையங்களில் தலைகீழாக, சர்க்கஸில் செய்வது போல் உடம்பை ரப்பராக வளைத்து உள்ளே நுழைந்து வெளிவருவாள் ரம்யா. அந்தத் தேரின் நிழலிலேயே, கொடுக்காப்புளி, இலந்தைப்பழ ஜூஸ், உப்பு மாங்காய், கமர்கட் விற்றுக்கொண்டு, லெட்சுமி பாட்டி உட்காந்திருப்பாள்.

இவளைப் பார்த்துவிட்டால் போதும், "வயசுக்கு வந்த புள்ள அடக்க ஒடுக்கமா இருக்கப் போறீயா, இல்லையா உங்க அம்மாட்ட சொல்லவாடி?" என மிரட்டிக் கொண்டேயிருப்பாள்.

அன்றும் அப்படிதான், ரம்யா விளையாட வந்ததுமே அவள் கையைப் பற்றி இழுத்துக்கொண்டு போனாள் வாசுகி. இவளது உயிர்த் தோழி. படிப்பில் இரண்டு பேருக்கும் சரியான போட்டியிருந்தாலும், இரண்டு பேரும் பிரியமான தோழிகள்.

“ரம்யா இங்க வா, யாருட்டையும் சொல்லாத, உனக்கு ஒண்ணு காமிக்கிறேன்” எனச் சொல்லிவிட்டு பள்ளியை விட்டு சிறிது தூரத்திலிருந்த குடிசைக்கு அழைத்துக்கொண்டு போனாள். அந்த ஊரில் இருந்த ஒரே டெய்லர் கடை அது. குடிசையின் வாசலில் சற்று உயரே இருந்த ஓட்டையில், ரம்யாவின் தோழிகள் எக்கி எக்கி எதையோ பார்த்துவிட்டு ரம்யாவையும் பார்க்கச் சொன்னார்கள். உள்ளே சுமதி மேல்சட்டையைக் கழட்டி விட்டு டெய்லரின் முன்பு நின்று கொண்டிருந்தாள். சுமதி ரம்யாவோடுதான் படிக்கிறாள். ஆனால், எதையும் புரிந்துகொள்ளாதவளாக, ‘அ’ ன்னா ‘ஆ’ வன்னா கூட எழுதத் தெரியாதவளாக, வகுப்பிலேயே மிக உயரமாக, எல்லாரையும் விட பெரிய பெண்ணாகத் தெரிவாள். டீச்சர் அவளை, “பைத்தியத்தையெல்லாம் ஸ்கூலுக்கு அனுப்பி நம்ம உயிர எடுக்குறாங்க” எனத் திட்டுவதும் உண்டு.

இந்த காட்சியைப் பார்த்ததும் ரம்யாவிற்கு பக்கென்றிருந்தது. ஆனால், எல்லாருமே இதை விளையாட்டாகப் பார்த்துவிட்டு, ஓடிவந்து விட்டனர்.

இப்படியே விளையாட்டாக, இரண்டு மாதங்கள் கழித்து அன்று டீச்சர் வருகைப் பதிவேட்டில் அனைவரையும் அழைத்துக்கொண்டிருந்தபோது, “வாசுகி, சுமதி உங்க வீட்டுப் பக்கம்தான? ஏன் ஒரு வாரமா வரல?” எனக் கேட்க,

“டீச்சர், சுமதி நேத்து செத்துப் போயிட்டு டீச்சர்” என்று அழுதுக்கொண்டே சொன்ன வாசுகியை அனைவரும் அதிர்ச்சியாய் திரும்பிப் பார்த்தனர்.

வாசுகி அழுதுகொண்டே, ரம்யாவிடம் மட்டும் ரகசியமாக, “சுமதி மாசமா இருந்துச்சாம். அதான் அவுங்க அப்பா விசத்தை வச்சிக் கொன்னுட்டாராம். எங்கம்மா யாருட்டையும் சொல்லக் கூடாதுன்னு சொன்னாங்க, நீயும் யாருட்டையும் சொல்லாத, என் தலைல அடிச்சி சத்தியம் பண்ணு” என்றவளின் தலையில் கை வைத்து சத்தியம் பண்ணிக் கொண்டே, “மாசமா இருக்கறதுன்னா என்னடி?” எனக் கேட்டாள் ரம்யா.

"தெரியலடி. வயசுக்கு வந்துட்டா, ஆம்பளைங்க தொட்டுட்டா, தீட்டு வரலேன்னா மாசமாகிடுவாங்களாம்" என்றாள் வாசுகி.

அத்தோடு அரையாண்டுத் தேர்வு வந்ததும், பள்ளியில் கொஞ்சம் கொஞ்சமாக சுமதியை மறந்தே போனார்கள்.

அன்றிரவு அம்மாவும், மாமியும் ரம்யாவையும், மேனகாவையும் தூங்க வைத்துவிட்டு, இரண்டாம் காட்சி சினிமாவுக்குப் போய்விட்டார்கள். எப்போதும் இப்படித்தான் நடக்கும். இரவு கண்விழித்து தேடினால் அம்மா பக்கத்தில் இருக்க மாட்டாள். காலையில் இவளது தலையில் பேன் எடுத்து குத்திக்கொண்டே, படத்தின் கதையைச் சொல்லுவாள். இவளுக்கும் அது மிகப் பிடிக்கும்.

நன்றாகத் தூங்கிக் கொண்டிருந்தபோது, திடீரென ரம்யாவிற்கு விழிப்பு வந்தது. துளி கூட வெளிச்சமே இல்லை. ஏதோ ஒன்று வித்யாசமாக உணர ஆரம்பித்தாள். நெஞ்சின் மீது பாரமாக, வெப்பமாக, ஏதோ ஒன்று அழுத்தமாக ஊர்ந்து கொண்டிருக்க, அந்தக் கைகள், மிக கனமான மாமாவினுடைய கைகள். மிட்டாய் வாங்கிக் கொடுத்துக் கொஞ்சிய கைகள். அதிர்ச்சியில் அப்படியே உறைந்து போயிருந்தாள். அசைய வேண்டும் என்றோ, சத்தம் போட வேண்டும் என்றோ தோன்றாமல், சவம் மாதிரி உடல் விறைத்துப் போயிருந்தது. பயந்து போய் அந்த ஐந்து நிமிடங்கள் உணர்வில்லாமல் நடப்பதை நம்ப முடியாமல், கையைத் தட்டிவிடக் கூடத் தோன்றாமல், மனதிற்குள் துடித்துக் கொண்டிருந்தாள். எழுந்து உடனே வெளியே ஓட வேண்டும் போல அவளுக்கு இருந்தது. ஆனால், என்ன செய்வதென்றே தெரியாமல் தொண்டை அடைக்க, செயலற்று அப்படியே கிடந்தாள். 'எங்க அப்பா இருந்தா, என்னை இப்படி விட்டுருப்பாரா?' என்ற கழிவிரக்கம் உள்ளே சுழன்றடித்து அழுகை வந்தது. 'இந்த மாமா கம்னாட்டி எல்லாருட்டையும் நல்லவன் மாதிரி நடிச்சிட்டு இப்படிப் பண்றானே' என மனதுக்குள் துடித்துக் கொண்டிருந்தாள்.

அவள் விழித்திருந்தது, மாமாவுக்குத் தெரியுமா என்று கூடத் தெரியவில்லை. அவனை அடியோடு கொன்று போட வேண்டும் என்று அவளுக்குத் தோன்றியது. ஆனால், எதுவும் செய்ய முடியாமல் மிகவும் பயந்து போயிருந்தாள்.

அடுத்த நாள் காலையில், அவள் கண்விழித்தபோது கீதாவும், மாமியும் சினிமா பார்த்துவிட்டு வந்திருந்தார்கள். யாரையும் பார்க்கவே ரம்யாவிற்குப் பிடிக்கவில்லை. மாமா நடமாடும் வீட்டில் இருக்கவே அவளுக்குப் பிடிக்கவில்லை. எங்கேயாவது வெகுதூரம், அவன் பார்வையில் படாத தூரத்திற்கு ஓடிவிட வேண்டும் போல் அவளுக்கு இருந்தது. குளியலறையில் வெகுநேரம் அழுதுகொண்டேயிருந்தாள். சாப்பிடப் பிடிக்கவில்லை. மாமியைப் பிடிக்கவில்லை. அம்மாவிடம் இதைச் சொல்ல பயமாக, ஏதோ ஒன்று தடையாக இருந்தது. அந்த தெரு முக்கிலிருந்த காளியம்மனிடம், மாமாவிற்கு கை, கால் விளங்காமல் போக வேண்டும், பிச்சை எடுக்க வேண்டும், அவன் துடிதுடித்துச் சாக வேண்டும் என மனதிற்குள் தினமும் வேண்டிக் கொண்டாள்.

அவளுக்கு இரண்டு நாட்களாக ரொம்ப யோசனையாக இருந்தது. ஏன் வழக்கமாக பத்தாம் தேதி வரும் தீட்டு, இந்த முறை பத்தாம் தேதி வரவில்லை.

'அய்யய்யோ வாசுகி சொன்னாளே, ஆம்பளைங்க தொட்டா தீட்டு வரலேன்னா மாசமா இருப்பாங்கன்னு, அப்ப நான் மாசமா இருக்கேனா, என்னை விசம் வச்சிக் கொன்னுடுவாங்களா? நான் என்ன தப்பு செஞ்சேன்? மாமாதான என்னைத் தொட்டாரு. நான் மாசமா இல்ல. என்னைக் கொன்னுடாதீங்க. நான் சாக மாட்டேன்' எனவும், 'இல்ல, நான் சாகணும். சுமதி மாதிரி செத்துப் போகணும். சின்னப் புள்ளைங்க மாசமானா செத்துதானே போகணும்? விசம் வச்சா கசக்கும். நானே செத்துப் போயிடுறேன். நான் மாசமா இருக்க மாட்டேன்' எனவும் இருவாறாக மனதிற்குள்ளாகவே தினமும் புலம்பினாள். டிவியில் கர்ப்பிணிப் பெண்கள் நன்றாக சாப்பிட்டால்தான் குழந்தை நன்றாக வளரும் எனக் கூறுவதைக் கண்டவுடன், 'அப்ப நான் சரியா சாப்பிட மாட்டேன். அப்பதான் என் வயித்துல இருக்கற குழந்தை வளராது' எனக் கொஞ்சம் கொஞ்சமாக மனநிலை பாதிக்கப்பட்டவளாக ரம்யா மாறிக் கொண்டிருந்தாள்.

அம்மாவிடம் சொல்ல வேண்டும் என நினைக்கும் பொழுதெல்லாம், அவள் மாமாவைப் பற்றிப் புகழ்ந்தவுடன், தங்களுக்குப் போவதற்கு போக்கிடம் வேறு இல்லையென்று புலம்பியதைக் கண்டதும், அந்தச் சின்னஞ்சிறு மனசு

மனதிற்குள்ளாகவே புலம்பியது. ரம்யாவின் மனநிலையை யாருமே புரிந்துகொள்ளவில்லை. மாமாவும் எதுவுமே நடந்த மாதிரி காட்டிக் கொள்ளாததும், திண்பதற்கு ஏதாவது வாங்கிக்கொண்டு கொடுப்பதுமாக இருந்தது அவளுக்கு மிகக்குழப்பமாக இருந்தது.

3

“அக்கா, டாக்டர் அக்கா, என் பொண்ணுக்கு இந்த மாசம் தீட்டு இரண்டு நாள் தள்ளி போச்சுக்கா ஏன்?” என டாக்டர் வீட்டில் வேலை செய்தபடியே கேட்டுக் கொண்டிருந்தாள் கீதா.

“இப்பதானே உன் பொண்ணு வயசுக்கு வந்துருக்கு. அது சரியா முறையா மாத சுழற்சி வர ஒரு வருசம் ஆகும். நல்லா சாப்பாடு கொடு. போறப்ப சொல்லு இரும்புச்சத்து டானிக் தர்றேன். இரண்டு வேளை கொடு. சரியாகிடும்” என்றாள் டாக்டர் மது.

“சரிக்கா, பாவம் புள்ளை சாப்பிடாம மெலிஞ்சி போயிட்டே இருக்கு. நல்லா படிப்பாக்கா, உங்கள மாதிரிதான் பெரிய டாக்டாராகணும்ன்னு சொல்லிட்டு இருக்கா” என்று பெருமிதமாகச் சொன்னாள் கீதா.

“சூப்பர். உன் பொண்ண, நல்லா படிக்கச் சொல்லு, நானே டாக்டருக்கு படிக்க வைக்கிறேன்” என்றாள் மது.

“சரிக்கா. நான் நாளைக்கு பாப்பாவ உங்கள்ட்ட கூட்டிட்டு வர்றேன். நீங்க கொஞ்சம் புத்திமதி சொல்லுங்கக்கா” என்றவாறே விரைவாக வேலையை முடித்துவிட்டு, ரம்யாவிற்கு டானிக் வாங்கிக் கொண்டு, அவசர அவசரமாக வீட்டுக்கு வந்தாள் கீதா. தூரத்திலிருந்து பார்க்கும்போதே வீட்டின் முன்பாக, நிறைய தலைகள் தெரிந்தது. இவளுக்கு வயிற்றை எதுவோ செய்தது.

இவளுக்கு அறிமுகமில்லாத இருவர், “சின்னப்பொண்ணு ஏழாவதுதான் படிக்கும். ஏதாவது லவ் பிரச்சனையா இருக்கும். கேணியில விழுந்து செத்துப் போயிட்டு. நாம நம்ப பொழப்பைப் பாப்போம் வாங்க” எனப் பேசிக்கொண்டு போவதைப் பார்த்த கீதா யாரோ, யாரையோ சொல்லிட்டுப் போறாங்க என்று டானிக்கை இறுகப் பிடித்தபடி வீட்டை நோக்கிச் சென்று கொண்டிருந்தாள்.

பிரியாணி

"**அ**த்தாச்சி... அத்தாச்சி... டிவியில படம் போட்ருவாங்க. கேட்டைத் திறந்து விடுங்க அத்தாச்சி" என்று ஒருக்களித்த கதவின் வழியாக உள்ளே எட்டிப் பார்த்து கத்திக் கொண்டிருந்தான் கதிரவன்.

இளங்குருத்திலிருந்து சிறிது சிறிதாக, சிறுமரமாக மாறிக்கொண்டிருக்கும் வளரிளம் பருவம். வாரந்தோறும் வரும் சிறுவர் மலரைப் படிப்பதிலிருந்து, வாரமலரின் அட்டைப் படங்களையும், அதன் நடுப்பக்கங்களையும் கவனிப்பது அவனை அறியாமல் நிகழ ஆரம்பித்திருந்தது.

அது ஒரு அரையாண்டுத் தேர்வு விடுமுறை. கோலிக் குண்டு, பம்பரம் எல்லாம் விளையாடிச் சலித்திருந்த நேரம். ஏதேனும் புதிதாக ஒன்றைத் தெரிந்துக்கொள்ள அவன் உள்ளுணர்வு தூண்டிக் கொண்டிருந்தது. உலகத்தைப் பற்றிய எந்தப் புரிதல்களும், அவனுக்கு இல்லையெனினும் சில வர்ணங்களிலோ நிகழ்வுகளிலோ மெய்மறந்து ஒன்றி செயலிழந்து நின்றுவிடுவது குறித்து அவன் அம்மாவுக்கு பிள்ளையைப் பற்றிய பெருங்கவலை இருந்தது.

பெரிய பெரிய இளஞ்சிவப்பு நிற தாமரைப் பூக்களும், நடுவே இரும்பினால், ஆன லெட்சுமி வடிவமும், நீரோடை போல் வளைத்து வளைத்து கம்பிகளால் வடிவமைக்கப் பட்ட அந்த கேட்டைப் பிடித்துக்கொண்டு கத்திக் கொண்டிருந்தான் கதிரவன்.

அவனைச் சுற்றிலும், அவனைப் போலவே ஏழெட்டு சிறுவர்கள், அந்தப் பிரம்மாண்ட வீட்டின் முன்பு நின்று உள்ளே யாராவது தெரிகிறார்களா? யாராவது வந்து எட்டிப் பார்த்து அந்தக் கதவை திறந்துவிட மாட்டார்களா? என ஏக்கம் படிந்த கண்களோடும், அதையும் மீறிய ஆர்வத்தோடும் உள்ளே எட்டிப் பார்த்துக் கொண்டிருந்தனர்.

அந்த தெருவிலேயே மிகப்பெரிய வீடும், தொலைக்காட்சிப் பெட்டி உள்ள வீடும் அதுதான். தொலைக்காட்சிப் பெட்டி அப்பொழுதுதான் கதிரவனுக்கும், பிறருக்கும் அறிமுகமாகி இருந்தது. பெட்டிக்குள் ஓடும் காட்சிகளும், பாடல்களும், மொழி புரியாவிட்டால் கூட அவர்களின் அசைவுகள், பாவனைகள், பாடல்கள், கிரிக்கெட் போன்றவை அவர்களை தொலைக்காட்சியின் மேல் பைத்தியமாக மாற்றியிருந்தன.

இந்த வீடு கதிரவனின் சொந்தக்கார வீடுதான்.

இருப்பினும் உரிமை எடுத்துக்கொண்டெல்லாம் அவன் அந்த வீட்டில் நுழைந்துவிட முடியாது. ஒவ்வொரு முறையும் டிவி பார்ப்பதற்காக, தெருப் பையன்களோடு தானும் நின்றுகொண்டு, பூட்டியிருக்கும் கதவைத் திறக்கச் சொல்லி வெளியில் நின்றுகொண்டு கத்தும்பொழுதெல்லாம் வெட்கம் பிடுங்கித் தின்னும். ஆனால், தொலைக்காட்சியின் மேல் அவனுக்கிருந்த ஆர்வம், அவனது அவமானத்தை மறக்கச் செய்து அவனை மேலும் மேலும் ஈர்த்துக் கொண்டிருந்தது.

இவர்களின் சத்தம் கேட்டு, ஒருக்களித்திருந்த கதவை, நெருப்புக்கோழி போல் தலையை மட்டும் நீட்டி படுத்துக்கொண்டே திறந்து பார்த்தாள் பப்பி பெரியம்மா,

மிகப்பெரிய உடலும், தலையைப் பிசிறில்லாமல் சீவி முடிக்குள் சிறிய உருண்டை மாதிரி பஞ்சை சுருட்டி வைத்து தூக்கிப் போடப்பட்ட பன்கொண்டையும், அதைச் சுற்றி வைக்கப்பட்ட பூச்சரமுமாய் நிற்கும் அவளைப் பார்த்து, நாய்க்குட்டியை அழைப்பது போல,

பெரியப்பா, 'பப்பி' எனக் கூப்பிடும்பொழுதெல்லாம் உள்ளுக்குள் பொத்துக்கொண்டு வரும் சிரிப்பை கதிரவன் கஷ்டப்பட்டு அடக்கிக் கொள்வான்.

"சித்ரா! ஏய் சித்ரா, யாருடி இருக்கீங்க? மூணு பேரு இருக்கீங்க, கூப்பிட்ட குரலுக்கு நாதியக் காணோம். அடுப்படில

என்னடி பண்றீங்க? எவளாவது வாங்கடி இங்க! எப்பப் பாரு அடுப்படில ஏதாவது பண்ணீட்டே இருக்க வேண்டியது. ஆனா ஒரு வேலையும் ஆகிருக்காது. தண்டத் தீவட்டிங்க" என உள்ளே பார்த்து சத்தம் கொடுத்தாள் பப்பி பெரியம்மா.

அங்கே அவசர அவசரமாக முந்தானையில் கைகளைத் துடைத்தப்படியே வந்தாள் சித்ரா அத்தாச்சி.

"டேய் கதிரவா, நீ மட்டும் உள்ளவா! தேன்மொழி அக்கா மெட்ராஸ்லேர்ந்து வந்துருக்கு! கார்த்திக்கும், உமாவும் லீவு முடியற வரை இங்கதான் இருப்பாங்க. கார்த்திக்கு இந்த தெருப் பசங்கள எல்லாம் பிடிக்காது. நாளைலேர்ந்து நீயும் நல்லா குளிச்சிட்டு, தலையெல்லாம் சீவிட்டு, பளிச்சின்னு வரணும் புரியுதா?" என்று சத்தமாக சொல்லிக் கொண்டே இடுப்பிலிருந்த சாவிக்கொத்தைத் தூக்கி சித்ராவிடம் எறிந்தாள் பேபி பெரியம்மா. வெள்ளி நகாசு வேலைகள் நிறைந்து மகிழம்பூக்கள் செதுக்கப்பட்ட சாவிக்கொத்து, 'கலீர்' என்ற ஒலியோடு நடக்கப் பயிலும்பொழுது தவறி விழுந்தழும் குழந்தையைப் போல, பரப்பிக்கொண்டு பொத்தென்று விழுந்தது.

"இந்தா, போய் தொறந்து உன் மாமன் மவன மட்டும் உள்ள வுடு, எல்லாம் வந்து சேர்ந்துருக்குப் பாரு தரித்திரியம் புடிச்ச நாய்ங்க" என ஜாடையாகப் பேசுபவளைப் பார்த்துக்கொண்டே, சாவிக் கொத்தை எடுத்து கேட்டைத் திறந்தாள் சித்ரா.

கருப்பாக களையாக சிரித்த முகமாக இருப்பவளை கதிரவனுக்கு மிகவும் பிடிக்கும். கூடுதலாக அத்தைப் பெண் என்ற உரிமையும் இருப்பதால் அவளோடு சிறிது ஒட்டுதலாகவே இருப்பான் அவன். அவளும் மாமியார் இல்லாத சமயங்களில், அவனுக்குத் தின்பதற்கு ஓலபக்கோடா, ஆட்டுக்கால், கேக் என ஏதாவது கொண்டு வந்து கொடுப்பாள்.

தான் சுத்தமாக இல்லையென, பப்பி பெரியம்மா மட்டமாகப் பேசியது உள்ளுக்குள் உறுத்தினாலும், தன்னை மட்டும் உள்ளே வரச் சொன்ன பெருமிதத்தில், மோவாயை உயர்த்தி, தோள்களை நிமிர்த்திக்கொண்டு, தெருப் பசங்களிடையே மதிப்புக் கூடியதாக அவனே நினைத்துக் கொண்டு உள்ளே வந்தான் கதிரவன்.

ஷோபாவில் கார்த்திக்கும், உமாவும் அமர்ந்து கிண்ணத்தில் நெய் மிதக்கும் கேசரியைத் திண்றுகொண்டே, டிவி பார்த்துக் கொண்டிருந்தார்கள். பார்பதற்கே அத்தனை அழகாக, ஆரஞ்சு வண்ணத்தில் நெய் மணக்கும் வாசனையோடும் அதை ஸ்பூனால் எடுத்து நாசூக்காக தின்னும் அழகையும் பார்த்தவனுக்கு, கேசரி திங்க வேண்டும் போல் இருந்தது. காலையிலிருந்து ஒன்றுமே சாப்பிடாதது வேறு வயிற்றைப் பசித்தது. ஆனால், வீட்டுற்கு போய் ஏதாவது சாப்பிட்டுவிட்டு வரலாம் என்றால், மறுபடியும் கதவைப் பூட்டி விடுவார்கள். வாசலில் நின்று கத்த வேண்டும். வலுகட்டாயமாக கண்களைக் கேசரியிலிருந்து விலக்கி டிவியைப் பார்த்தான் கதிர்.

ரஜினி, அம்பிகாவை குதிரையில் தூக்கிகொண்டு வந்து கட்டிப் போட்டுவிட,

"நான் கொடுத்தத திருப்பிக் கொடுத்தா முத்தமாக் கொடு, அதை மொத்தமாக் கொடு" என அம்பிகா பாடிக்கொண்டிருந்தது.

கதிர் தொலைக்காட்சியில் கொஞ்சம், கொஞ்சமாக அமிழ்ந்து மூழ்கிக் கொண்டிருந்தான். எவருடைய குரல்களும், எந்த சத்தத்தின் கூர் நாக்குகளும் அவனைச் சிறிதும் தீண்டிடாத உலகத்துக்குள் மெல்லப் பயணப்பட்டு, அந்தப் பாடலை மிக உன்னிப்பாக கவனித்துக் கொண்டிருந்தான்.

"ஏய்! கதிர் இங்க பாரு புது சைக்கிள், இப்பதான் வாங்குனோம், நீ இதெல்லாம் பார்த்துருக்கீயா? நாங்க மெட்ராஸ்லேர்ந்து இத கார்லையே எடுத்துட்டு வந்தோம்" என்றான் கார்த்திக். இவனை விட ஐந்து வயது சிறியவனாக இருந்தாலும், விடுமுறைக்கு வரும் பொழுதெல்லாம் ஏதேனும் சொல்லி இவனிடம் வம்பளந்துகொண்டே இருப்பான்.

சைக்கிளை இவன் அமர்ந்திருந்த இடத்திற்கு குறுக்கு, மறுக்காக ஓட்டியவன், கதிரின் கவனம் சைக்கிளில் இல்லை என்பதை உணர்ந்து,

"பாட்டி! பாட்டி என்னால சைக்கிளை ஓட்ட முடியல, கதிரவன பின்னால வந்து தள்ளிவிடச் சொல்லுங்க" என்று சிணுங்கினான்.

"டேய் கதிரு, புள்ள ஆசையாக் கேக்கறான். அவன்லாம் இங்கிலீஷ் மீடியத்துல படிக்கிறவன். அவன் பிரண்ட்ஸ்லாம் ஆபிசர் வீட்டுப் புள்ளைங்க தெரியுமா? சைக்கிளு பின்னாடி போய் தள்ளிவிடு" என சிறுபிள்ளை கதிரவனிடம் பெருமை பீத்திக் கொண்டிருந்தாள் பப்பி பெரியம்மா.

ஒருவனை வெற்றி எப்படி தேர்ந்தெடுக்கிறது என்றால், அவனுக்கு முதலில் அவமானங்களையும், நிராகரிப்புகளையும், தோல்விகளையும் வாழ்க்கை பழக்குகிறது. தோல்விகளுக்கும், அவமானங்களுக்கும் பழகியவன், அவற்றிற்கு முழுமையாகத் தன்னை ஒப்படைத்து, வெற்றிகளுக்குத் தலைக்கனம் கொள்ளமாட்டான். எல்லாவற்றையும் சமமாகப் பார்க்கும் மனப்பான்மை அவனுக்கு இயல்பாகவே வந்துவிடுகிறது.

பணக்காரச் சொந்தங்களுக்கிடையே, ஏழ்மையான சிறுவனுக்கு வாழ்க்கை மெதுவாகப் பாடங்களை ஆரம்பித்திருந்தது.

வயதுக்கு மீறி உயரமாக வளர்ந்திருந்த கதிர் குனிந்து, தரையிலிருந்து ஒரு அடி உயரமிருந்த சைக்கிளைத் தள்ளிவிட்டபடி, அழுக்கான சட்டையோடும், அரணாக்கொடியில் சுற்றிவிடப்பட்ட டிராயரோடும், பிச்சைக்காரனைப் போல் நடத்தப்படுவதைக் கண்டு சித்ராவுக்கு கண்கலங்கியது.

அதுவும் அவன் இளம்வயதில் இறந்துபோன கதிரின் அப்பாவும், தனது மாமாவுமான நடேசனைப் போலவே இருந்தான்.

சைக்கிளைத் தள்ளியபடியே வந்த கதிர், சித்ராவைப் பார்த்து அழகான பற்கள் தெரிய கபடமில்லாமல் சிரித்தான்.

"என்ன அத்தாச்சி, ஒரே கமகமன்னு இருக்கு. இந்த வாசத்தை நான் மோந்ததே இல்ல. என்ன பண்றீங்க?"

என்னவாறே, நிமிர்ந்து சிறிது அண்ணாந்து அந்த வாசத்தை ஆழமாக சுவாசித்து, உடல் முழுவதும் நிரப்பிக்கொண்டான்.

"சத்தம் போடாத கதிரு, அந்த கிழவி காதுல விழுந்தா, ஏதாவது திட்டும். பிரியாணி கிண்டுறோம். ஊருலேர்ந்து அத்தாச்சி வந்திருக்காகல்ல, அதான் நிறைய ஆட்டுக்கறி, நெய்யெல்லாம் போட்டு, பிரியாணி செய்யறோம். நீ படம் பார்த்துட்டுப் போயிடாத. சாப்பிட்டதும் அத்தை

தூங்கப்போயிடும். நான் உனக்கு பிரியாணி தர்றேன். வீட்டுக்கு எடுத்துட்டுப்போய் தின்னு. நான் கொடுத்தேன்னு யாருட்டையும் சொல்லாத சரியா?" என்றாள் சித்ரா. கதிரின் நண்பன் நபீக் சொல்லித்தான் அவனுக்கு பிரியாணி என்ற சொல் ஒரு உணவுப்பொருள் என்பதே தெரியும்.

எந்த விசேஷம் ஆனாலும் நபீக் பிரியாணி தின்றுவிட்டு, அன்று முழுவதும் அதன் ருசியைப் பற்றி பேசிப் பேசியே கதிரை வெறுப்பேத்துவான். அவன் சொல்வதைக் கேட்கும்பொழுதே, தன் வீட்டில் சமைத்தே நெடுநாளாகிப் போன, மாமிசமும் அதன் மிருது சுவையும் அந்த மசாலாப் பொருட்களும், நெஞ்செலும்புச் சதையும், ஈரலும் ஞாபகம் வந்து இவன் நாவில் எச்சில் ஊற வைக்கும்.

அதுவும் அப்பா இருக்கும்போது, ஊதலை அவர் திங்காமல் இவனுக்காக வைத்திருந்து, அதைத் தட்டில் டக் டக்கென்று வேகமாகத் தட்டுவார். இவன் வீட்டில் எங்கிருந்தாலும் அந்தச் சத்தம் கேட்டு ஓடி வருவான்.

ஊதலின் உள்ளிருந்து வரும் கொழ கொழப்பான, ருசி மிகுந்த அந்த சிறிதளவு மஜ்ஜை மீது அவனுக்கு அத்தனைப் பிரியம். அப்பாவின் நினைவு வந்ததும், மனம் சோர்வடைந்தது கதிரவனுக்கு.

இருந்தாலும், பிரியாணி திங்கப் போகிறோம் என்ற சந்தோஷத்தில் வேகமாக சைக்கிளைத் தள்ளி, அனைவரும் தன்னை நல்ல பையன் எனச் சொல்ல வேண்டும் என நினைத்தான். "விளையாண்டது போதும் கார்த்திக்! உமா! வாங்க சாப்பிட" என்ற தேன்மொழி அக்கா இவனைப் பார்த்து, "என்ன கதிர் எப்படி இருக்க, மணியாச்சி நீ வீட்டுக்கு சாப்பிடப் போகலையா? அம்மா தேடப் போறாங்க, போ, போய் சாப்பிட்டுட்டு வா" என்றாள். அவளது குரல் கதிரவனை வீட்டை விட்டு விரட்டுவதாகவே இருந்தது.

"இல்லக்கா! பசிக்கல. வரும்போதுதான் அம்மாட்ட சாதம் போடச் சொல்லி வயிறு நிறைய சாப்பிட்டேன்" என்று வயிற்றை பொய்யாகத் தடவியவாறே பதில் சொன்னான் கதிரவன்.

"சரி, சரி, டிவியப் பாரு" என அவனைக் கத்தரித்துவிட்டு, பிள்ளைகளைக் கூட்டிக்கொண்டு சாப்பாட்டு மேசைக்குப் போனாள் தேன்மொழி.

கதிரின் கவனம் டிவியிலிருந்து, பிரியாணிக்கு மாறியிருந்தது. இங்கிருந்து சாப்பாட்டு மேசை தெளிவாகத் தெரிந்தது. மஞ்சளும், சிகப்புமாய், நீள நீளமாக இருந்த சாதமும், அதன் இடையிடையே தெரிந்த மாமிசத் துண்டுகளும், இவனைப் பசியின் உச்சத்திற்கே கொண்டு போயின.

வரிசையாக வீட்டிலிருக்கும், ஒவ்வொருவராக உணவு உண்ண ஆரம்பித்தார்கள். இவனுக்கு கவலையாக இருந்தது. பிரியாணி தீர்ந்து போய்விட்டால் என்ன செய்வது என்ற கவலையோடு, பசியில் காது வேறு அடைத்தது.

பெரியப்பா, இரண்டு பெரிய அண்ணன்கள், பெரியம்மா என அனைவரும் ஒவ்வொருவராகச் சாப்பிட்டுக் கொண்டே இருந்தார்கள். கதிரை யாரும் கண்டுகொண்டதாகவே தெரியவில்லை. நைசாக அத்தாச்சி தன்னைப் பார்க்கிறாளா என நோட்டமிட்டான் கதிரவன்.

அவள் காரியமே கண்ணாக, அனைவருக்கும் உணவு பரிமாறிக் கொண்டிருந்தாள்.

இவனுக்கு பிரியாணி மணத்திலும், பசியிலும் மயக்கமே வந்துவிடும் போலிருந்தது.

வேண்டுமென்றே! தண்ணீர் வேண்டுமென்று அங்கு போய் நின்றான். யாராவது தன்னைக் கூப்பிட்டு, "சாப்பிடு கதிர்!" எனச் சொல்லிவிட மாட்டார்களா? என ஒவ்வொரு முகத்தையும் தாயிழந்த நாய்க்குட்டி போல் பரிதாபமாக நோக்கினான். அனைவரும் பிரியாணி தின்பதிலேயே கருத்தாக இருந்தார்கள்.

யாரும் கண்டுகொள்ளாத தன் மீது அவனுக்கு கழிவிரக்கத்தில் அழுகை வந்தது. 'எனக்கு அப்பா இல்லேல, பாவம்தான நானு, என்னை யாராவது கூப்ட்டு சாப்பிடச் சொல்லலாம்ல்ல...' என நெஞ்சடைக்க கண்கள் கலங்கி விம்மல் வந்தது.

ஒருவழியாக, அனைவரும் சாப்பிட்டுவிட்டு அவரவர் வேலைகளைப் பார்க்க நகர ஆரம்பிக்க, சித்ரா அத்தாச்சி ஒரு சிறிய அலுமினிய டப்பாவில் பிரியாணியை வைத்து, அதன் மூடியை அழுத்தமாக மூடி, முந்தானையில் சுத்தமாகத் துடைத்தபடி அக்கம்பக்கம் பார்த்துக்கொண்டே, டப்பாவை இவனை நோக்கி நீட்டியவாறே வந்து கொண்டிருந்தாள்.

"ஏண்டி எழவெடுத்தவளே! இந்தப் பொறுக்கிய உள்ள விடக் கூடாதுன்னு எத்தனை தடவை சொல்றது. பிஞ்சில பழுத்த சனியன்" என்று கூறியவாறே, அந்த டப்பாவைப் பிடுங்கினான் சிவா

சிவா அண்ணன் சித்ராவின் கணவன். இவனுக்கு பங்காளி வீட்டுப் பெரியப்பா பையன். போன வாரம் வரை இவன் மீது பிரியமாக இருந்தவன்தான். மிச்சரோ, காரப்பொரியோ தின்றுக் கொண்டிருக்கும்போது கைநிறைய இவனுக்கு அள்ளித் தந்தவன்தான்.

போன வாரம் வியாழக்கிழமை காலையில் பெரியம்மா வீட்டு வாசலில் பெரியப்பா, அண்ணன்கள் அனைவருக்கும் சவரத் தொழிலாளி வந்து சவரம் செய்துகொண்டிருக்க, அந்தப் பக்கமாக நொண்டி அடித்துக்கொண்டே ஓடி வந்த கதிரவனை "ஏய் கதிரு, இங்க வாடா! மாடில சிவா அண்ணன் ரூமுல இருக்கான். முடிவெட்றவரு வந்துருக்காருன்னு வரச்சொல்லு" என்றார் பெரியப்பா உற்சாகமாக.

இதுமாதிரி முடிவெட்டும் வேளைகளில், அந்த இடமே குதூகலமாக இருக்கும். அதிகமாக வெளியே செல்ல முடியாத வணிகர்களுக்கு, ஊரில் என்ன நடக்கிறது, யாரு பொண்டாட்டி யாரோடு பேசுனாங்க, எந்த வீட்டில் எந்தப் பெண் ஓடிப் போகிறாள் போன்ற தகவல்கள் அங்கு இரகசியமாகப் பரிமாறப்படும்.

"சரி பெரியப்பா, இதோ கூப்பிடுறேன்" என இரண்டு இரண்டு படிக்கட்டுகளாக, தாவித்தாவி ஏறினான் கதிர்.

அந்த மாடியின் கடைசியில் இருந்தது சிவா அண்ணனின் அறை. ஏதோ ஒரு பாடலை சிறிது சத்தமாகப் பாடிக்கொண்டே, அறையின் கதவைத் திறந்தவன், அங்கே சிவா அண்ணனும் சித்ரா அத்தாச்சியும் ஆடைகள் அணியாமல் ஒருவர் மேல் ஒருவராக, படுத்துக் கொண்டிருப்பதைப் பார்த்ததும் என்ன செய்வதென்றே தெரியவில்லை. அந்தக் காட்சியின் தீவிரம் அவனுக்குப் புரியவும் இல்லை.

சித்ரா அத்தாச்சியின் மார்பகங்களும் உடலும் இவனை அந்தக் காட்சியிலிருந்து விடுபடத் தோன்றாமல் பார்த்துக்கொண்டே நிற்க வைத்தன.

தேவிலிங்கம் ♦ 35

மெல்ல மெல்ல அலையடித்துக் கொண்டு நிற்கும் கடலில் கட்டு மீறி மிதமாக ஆடும் படகு போல, அவனை அந்தக் காட்சி அசைத்துக் கொண்டிருந்தது.

ஏதோ ஒரு கேள்விக்கான பதிலாய், மனதின் ஆழத்தில் கொதித்துக் கொண்டிருந்த நீர்மத்தின் பீறிட்டெழும் ஊற்றாய், கண்ணைத் திருப்பியும் திருப்ப முடியாமல் எதுவோ ஒரு இனம் புரியாத இன்பம் தலைக்குள் வெடித்துச் சிதற சிதற அவன் அந்தக் காட்சியைக் கொஞ்சம் கூட கூச்சமே இல்லாமல் பார்த்துக்கொண்டே நின்றான்.

"கதவைத் தட்டாம ஏன்டா உள்ள வந்த, பொறுக்கி நாயே! என்னடா இப்படி நிக்கிற?" என முதுகில் அறைந்து சிவா உலுக்கியதும், "பெரியப்பாதான் முடி நறுக்க கூப்டாங்க" எனத் திரும்பிப் பார்க்காமல் ஓடிவந்து விட்டான் கதிர்.

ஆனால், அதிலிருந்து சிவா அண்ணனுக்கு இவனைக் கண்டால் பிடிக்காமல் போயிற்று. இவனை அறியாமல் வயது செய்த வசியத்தை அவன் உணருவானில்லை. திட்டிக்கொண்டும், இவனைப் பார்த்தாலே துரத்திக்கொண்டும் இருந்தான்.

"ஏங்க, சின்னப் பையன் அவன். தகப்பனில்லாத புள்ள. அவனுக்கென்னங்க தெரியும்? உங்க அப்பா அழைச்சிட்டு வரச் சொன்னதால அவன் வந்தான். தாழ்ப்பாள் போடாம படுத்தது யார் தப்பு? சும்மா அவன கரிச்சிக்கொட்டிட்டே இருக்காதீங்க. அந்த பிரியாணிய அவன்ட்ட கொடுங்க." என்ற சித்ராவை கண்களைக் கீழே இறக்கி கேவலமாக பார்த்தான் சிவா.

"ஏன்டி உன்னை அம்மணமாப் பார்த்தது தப்பில்லையா? அவனுக்கு வக்காலத்து வேற வாங்கிறீயா? மூஞ்சப் பேத்துருவேன் உள்ள போடி" என்றதும் தாங்கமாட்டாமல் சித்ரா உள்ளே போய்விட்டாள்.

"டேய், போடா வெளில. இனி உள்ள வந்தே காலை உடைச்சிடுவேன்" என்று கதிரிடம் சீறினான் சிவா.

பேயறைந்த மாதிரி வந்த மகனை, "ஏண்டா! ஒரு மாதிரி இருக்க, பசிக்கிதா, வா பழையது இருக்கு சாப்பிடலாம்" என்றவாறே கன்னம் தடவிய ரேவதியிடம்,

"எனக்கு பிரியாணிதான் வேணும். அத்தாச்சி வீட்ல பிரியாணி எல்லாரும் சாப்பிட்டாங்க, வாசமா சூப்பரா

இருந்துச்சு. நீ போய் அத்தாச்சிட்ட வாங்கிட்டு வா. எனக்குப் பசிக்குது” என்றான் கதிர்.

“ஏன்டா நேரம் காலம் தெரியாமப் படுத்தற? உங்க அப்பா போனதுக்கப்பறம் ஒத்த மனுசியா தையல் மிசின்ல்ல கிடந்து கஞ்சியோ கூழோ கௌரவமாக் குடிக்கிறோம். அசிங்கமா நடந்துக்காத கதிரு. நீ நல்ல புள்ளதான? வா, அம்மா சாப்பாடு போட்டு ஊட்டி விடுறேன் வா! என் தங்கம் காலைலேர்ந்து சாப்பிடல” என்று இல்லாமையை நைச்சிதமாக அவனுள் புரிய வைத்துக் கொண்டிருந்தாள் ரேவதி.

“இல்லமா, அத்தாச்சி எடுத்து வச்சிருக்கு, நீ போய் வாங்கிட்டு வா” என்ற கதிரிடம்,

“நீயே வாங்கிட்டு வர வேண்டியதுதானடா? இந்தக் கௌரவத்துக்கு ஒண்ணும் குறைச்சலில்ல” என சொல்லிக்கொண்டே,வெளியே பிரியாணியை வாங்கி வரப் போனாள் ரேவதி.

எப்படியாவது பிரியாணியை இன்று சாப்பிட்டுப் பார்த்துவிட வேண்டும் என எல்லை மீறிய ஆசையில், அவனுக்கு சிவா திட்டியதோ, கேவலப்படுத்தியதோ பெரிதாகப் படவில்லை. அவனுக்கு அப்போது கையில் கிடைத்த பிரியாணியை எப்படியும் நழுவவிடக் கூடாது என்ற எண்ணம் மட்டுமே எஞ்சியிருந்தது. அதற்காக தன்னுடைய அம்மாவைக் கையேந்த வைக்கிறோம் என்கிற அடிப்படை அவமான உணர்வைக் கூட அவன் இழந்திருந்தான்.

“டேய் கதிரு, அவுங்க மீதி பிரியாணிய வேலைக்கார வங்களுக்கு கொடுத்திட்டாங்களாம்டா, பிரியாணி இல்லையாம்டா. பப்பி அக்கா சொல்லுது. ஏன்டா என்னை இப்படி அசிங்கப்படுத்துற?” என்று ரேவதி சொன்னவுடன், பிரியாணி சட்டியும், அதில் நிறைந்திருந்த பிரியாணி அதற்குள் தீர்ந்திருக்க வாய்ப்பில்லை என்பதும், தனக்கு மறுக்கப்பட்ட பிரியாணியும், சிவா திட்டிய வார்த்தைகளும், பசியும் அவமானங்களும், அப்பாவின் நினைவும், அம்மாவின் நிலைமையும், அவளைத் தனக்கு சாதகமாகப் பயன்படுத்திய சுயநலமும், அதன் குற்றவுணர்வும் வரிசையாக ஞாபகம் வந்து, ‘ஓ’ வென அலறிக்கொண்டு கதறிக் கதறி அழ ஆரம்பித்தான் கதிர்.

பழி

1

“கோகுலத்து பசுக்கள் எல்லாம்

கோபாலன் குழலைக் கேட்டு

நாலு படி பால் கறக்குது ராமாயி...”

என ராமர் கோவில் ஸ்பீக்கரில் பாடல் அலறியது.

மார்கழி மாதத்து அதிகாலைப் பனி, நாசிக்குள் சென்று முதுகுத்தண்டு வரை குளிர்ச்சியான குறுகுறுப்பாய் மெல்ல ஊடுருவிக் கொண்டிருந்தது. படுத்துக் கொண்டே வரிசையாக பாடிக் கொண்டிருந்த கண்ணன் பாடல்களைக் கேட்டுக் கொண்டிருந்தாள் ஜெயா.

என்னதான் போர்வையை இழுத்துப் போர்த்தி யிருந்தாலும் இரவு அவளையும் மீறி நனைத்திருந்த ஆடையில் ஈர நசநசப்பும், மூத்திர வாடையும் குமட்டிக் கொண்டு வந்தது.

எத்தனை தடவை பலிபீடத்தில் அம்மா சோறுவாங்கிக் கொடுத்து தின்னச் சொன்னாலும், விளக்கமாற்றை தலைமாட்டில் போட்டுக் கொண்டு திருநீறு பூசிக்கொண்டு படுத்தாலும், கனவுகளில் குதிரை மீது ஏறி அவளைத் துரத்தும் மொட்டைக் கிழவியிடமிருந்து தப்பிக்க அலறி படுக்கையை நனைத்து விடுகிறாள்.

“ஏழாவது படிக்கிற எருமை மாடு, எப்பவேணாலும் வயசுக்கு வந்து உட்காரப்போற கழுதை... தினமும் இப்படி பாய் அலசிட்டு கிடக்குறேன், உனக்கு அப்பறம் பொறந்தது எல்லாம் எவ்வளவு அழகா தூங்கி எந்திரிக்குதுங்க, ஏன்டி இப்படிப் பண்ற?” என அம்மா திட்டாத நாளில்லை.

இன்று அம்மா சத்தம் போடுவதற்கு முன்பே எழுந்திருச்சிடனும் என நினைத்துக்கொண்டே படுக்கையிலிருந்து எழுந்தவள், படுத்திருந்த பாயைச் சுற்றிக் கொண்டு வாசலுக்கு விரைந்தாள்.

கம்பி கேட்டைத் திறந்து வாசலில் அடி எடுத்து வைக்கப் போனவளின் முன்பு ரோஸி தலைத்தெறிக்க ஓடியது. ரோஸி இவளது வளர்ப்பு நாய்தான் எனினும், பள்ளிவிட்டு வீட்டுக்கு வந்து ஒரு ஐஸ் டம்ளரில் தண்ணீரும், முனைகளில் மழைத்துளிகளைப் போல் டிசைன் செய்யப்பட்ட க்ளாஸ்கோ பிஸ்கட்டுகளையும் எடுத்துக்கொண்டு வந்து, வரிசையாகக் கட்டப்பட்ட படிகளில் அமர்ந்து விடுவாள். தெருவை வேடிக்கை பார்த்துக்கொண்டே தண்ணீரில் நனைத்து நனைத்து அந்த பிஸ்கட்டைத் தின்பது அவளுக்கு மிகவும் பிடிக்கும். அப்படி அமர்ந்திருக்கும் வேளைகளில் ரோஸிதான் அவளோடு அவள் தூக்கி எறியும் பிஸ்கட்டுகளுக்காக கூடவே வாலை ஆட்டிக்கொண்டு ரோஜா இதழ் போன்று நெளிந்த, தொளதொளவெனத் தொங்கும் நாக்கை நீட்டிக்கொண்டு, இவளைப் பார்த்துக்கொண்டே அமர்ந்திருக்கும்.

ஓடிய ரோஸியைத் துரத்திக்கொண்டு தொடர்ந்து ஏழெட்டு நாய்கள் ஓடின. இதைப் பார்த்த ஜெயா,

“அம்மா! அம்மா! ஓடி வாங்க, நாயா ஓடுது பயமாருக்கு” என உள்ளே பார்த்துக் கத்தினாள்.

“சனியனே! காலங்காத்தால எதுக்குடி வாசலுக்குப் போன? தம்பிக்கு பால் கொடுத்திட்டு இருக்கேன். செத்த பொறுடி வர்றேன்!” எனச் சொன்ன கையோடு, மார்புகளில் பாலை உறிஞ்சுவதும் இவள் முகத்தைப் பார்த்து சிரிப்பதுமாக இருந்த ப்ரவீனைக் கொஞ்சிக்கொண்டே, மார்பிலிருந்து வலுக்கட்டாயமாகப் பிடுங்கி தரையில் தூங்கிக் கொண்டிருந்த ஜெயாவின் தங்கை புவனாவின் அருகே கிடத்தினாள் மேகலா. ‘வர வர இந்த பீரவினுக்கு சேட்டை அதிகமாகிட்டு

ஆறு மாசக் குழந்தை மாதிரி செவனேன்னு கிடக்கறதில்லை. நவுந்து நவுந்து போயி எதையாவது எடுத்து வாயில வைக்க வேண்டியது, அப்பறம் கழிஞ்சிட்டே கிடக்க வேண்டியது என எண்ணிக் கொண்டே ஜெயாவைப் பார்க்க வாசலுக்கு விரைந்தாள்.

மேகலா ரொம்ப அழகு எனச் சொல்ல முடியவில்லை யெனினும் இலட்சணமாக இருப்பாள். அதிகமான உயரம், அகன்ற தோள்கள், உடலமைப்பு, விழிகள் எல்லாமே சிறிது ஆண் சாயலை வெளிப்படுத்திக் கொண்டே இருக்கும். பார்ப்பவர்கள் அவளது உருவத்தை தலையிலிருந்து கால் வரை இவ்வளவு உயரமா என அளவெடுக்காமல் நகர மாட்டார்கள்.

சரியாக மேகலா வாசல் வருவதற்கும், ஓடிப்போன நாய்கள் அதே வேகத்தோடு திருப்பி துரத்திக்கொண்டு வருவதற்கும் சரியாக இருந்தது.

இதைப் பார்த்த மேகலாவிற்கு கடுமையான கோபம் வந்தது.

"என்னங்க! என்னங்க ஜெயா அப்பா இங்க பாருங்க! மார்கழி மாசம் ஆனா இந்த நாய்களோட தொல்லை தாங்கல, சே! சே! கருமம். முனிசிபாலிடிக்கு போன் பண்ணிச் சொல்லுங்க, ஒரு நாய் விடாம எல்லாத்தையும் பிடிச்சிட்டு போகச் சொல்லுங்க. இதைப் பார்த்தாலே அருவருப்பாகுது. இல்ல, விஷத்தை வச்சி கொல்லச் சொல்லுங்க ஒரு நாய் பின்னாடி எத்தனை நாய் ஓடுது பாருங்க. அசிங்கம் பிடிச்சதுங்க" என்று சொல்லிக் கொண்டே கணவன் சேகரைப் பார்த்தாள் மேகலா.

மாடிப்படி ஓரமாக முகம் பார்க்கும் கண்ணாடியை மாட்டிவிட்டு, அதன் உயரத்திற்கு கால்களைப் பரப்பி தலையைக் குனிந்து, சவரம் செய்து கொண்டிருந்தவன் திரும்பிப் பார்த்து,

"ஏன்டி இப்படி கத்துற? மெதுவா பேசுடி. ப்ளேடு கிழிச்சிறப் போது. நான் என்ன உங்க அப்பன் மாதிரி உட்காந்துக்கிட்டே வெள்ளாமையா பண்றேன்? கவர்மென்ட் வேலைடி. தினமும் நீட்டா போகணும். காதுல விழுது. நான் என்ன செவுடா? ஏன் இப்படி கத்துற? பக்கத்துல உள்ளவங்க என்ன நினைப்பாங்க? ஆத்தாளும் பொண்ணும் எதுக்குடி காலங்காத்தால நாயப் போய் பார்த்துட்டு

இருக்கீங்க? என்னைத்தான் அடக்கி வச்சிருக்க, நாயிகிட்ட எல்லாம் உன் ரூல்ஸ் செல்லாதும்மா, உள்ள போங்க..” என்று கூறிவிட்டு மேகலாவின் முகபாவனைகளை தந்திரமாக கவனித்துக்கொண்டே கப்பிலிருந்த அழுக்குத் தண்ணீரை வாசலில் ஊற்றினான் சேகர்.

“அப்பா! நான் வாய்க்கால்ல போய் பாய அலசிட்டு வரப் போறேன்பா. ஜில்லுன்னு தண்ணி ஓடும். இப்பல்லாம் தண்ணீல கலர் கலர் மீனு வருது. அதப் பிடிக்க தண்ணிப் பாம்பு நெளிஞ்சி, நெளிஞ்சி வருதுப்பா, அப்ப நான் ஓடிப்போய் படித்துறையில ஏறிப்பனே!” என்று கண்கள் விரிய பேசிக் கொண்டிருந்தவளிடம்,

“ஏய் ஜெயா, இருடி. தம்பி மூத்திரத் துணியெல்லாம் தர்றேன். அப்படியே சோப்புப் போட்டு அலசிட்டு வந்துரு” என்று சொல்லிவிட்டு, சிறிய அன்னக்கூடையில் துணிகளையும் சோப்பையும் கொண்டு வந்து தந்தாள் மேகலா.

“ரொம்ப நாழி தண்ணீல ஆடக்கூடாது. போனோமா வந்தோமான்னு இருக்கணும் என்ன! வந்து ஸ்கூலுக்குப் போகணும். லேட்டா வந்தீன்னா தோலை உரிச்சிடுவேன்” என்ற மேகலாவின் கையிலிருந்து அன்னக்கூடையை வெடுக்கெனப் பிடுங்கி, சின்ன இடுப்பில், பொருத்தி சாய்த்து வைத்துக்கொண்டு, மறுகையில் பாயைச் சுற்றி எடுத்துக்கொண்டு வாய்க்காலை நோக்கி நடந்தாள் ஜெயா.

அந்த அதிகாலை நேரத்து வெயில், அந்தப் புராணத்தெரு முழுவதையும் பொன்னிறமாக மின்ன வைத்துக் கொண்டிருந்தது. அனைத்து வீடுகளின் பக்கவாட்டிலும் கிளுவ இலை வேலி அடைத்து, உள்ளே வயலெட், ரோஸ், வெள்ளை, இராமர் நிற டிசம்பர் பூக்கள் மலர்ந்து ஒவ்வொன்றாய் உதிர்ந்து கொண்டிருந்தன. செம்பருத்திப் பூக்கள் கன்னிப் பெண்களின் முணுமுணுப்பான பேச்சினூடே திறக்கும் இதழ்கள் போல மலரத் தொடங்கியிருந்தன.

இராமர் கோவில் மடப்பள்ளியில் வெண்பொங்கலுக்கான வாசம் மெலிதாகக் கமழ்ந்து கொண்டிருந்தது. தூரத்தில் தெரிந்த மிகப்பெரிய ஏரியின் நடுவிலிருந்த மேடுகளில் முளைந்திருந்த கருவேல மரங்களின் மேல் அமர்ந்திருக்கும்

வெண் கொக்குகளும் நாரைகளும் வலசைப் பறவைகளும் சேர்ந்து இங்கிருந்து பார்க்க வெண்பஞ்சு மேகமொன்று இறக்கை விரித்துப் பறப்பது போலிருந்தது. ஏரியில் காற்றினால் உருவாகிக் கொண்டிருந்த சின்ன அலைகளின் நுரைகள் கடல்பஞ்சுகள் போல ஓரங்களில் ஒட்டிக்கொண்டிருந்தன.

ஜெயா ஏரியைப் பார்த்துக்கொண்டே ஏரியைத் தாண்டி வயல்களுக்கு நீர் போகும் சிறிய வாய்காலுக்கு வந்தாள். இங்குதான் அவளது தோழிகள் குளித்துக் கொண்டிருப்பார்கள். ஏரியில் குளிக்கப் போக படித்துறை அருகிலேயே இவளது உயரத்திற்கு தண்ணீர் ஓடும். அம்மாவோடு வந்தால்தான் ஜெயா ஏரிக்கு குளிக்கச் செல்வாள். இல்லையெனில் அங்கு ஏரி ஓரமாக விளைந்திருக்கும் விரலளவு வெள்ளரிப் பிஞ்சுகளை, 'கறுக்முறுக்' என மென்றுகொண்டே வாய்க்காலுக்கு வந்துவிடுவாள்.

"ஏன்டி தினமும் பாய் அலசுற?" என வினவும் தோழிகளிடம், "தம்பிப்பையா தினமும் உச்சா போயிடுறான்டி" என சிரித்துக்கொண்டே மூஞ்சியை பாவமாக வைத்துக் கொண்டு பொய் சொல்வாள்.

2

"மேகலா! மேகலாக்குட்டி என்ன பண்ற?" என்று கூப்பிட்ட கணவனின் குரலுக்கு, நெற்றியைச் சுருக்கிக் கொண்டே, "எலி ஏன் அம்மணமா ஓடுதுன்னு தெரியலையே" என்று வசீகரமாகப் புன்னகைத்தாள் மேகலா.

"உனக்காடி தெரியாது? சரி வா சீக்கிரம், நைட்டும் புள்ளைங்க தூங்க நேரமாகிடுது. பெரியவ குளிக்கப் போயிட்டா. சின்னது ரெண்டும் தூங்குது. சீக்கிரம் வாடி. எல்லாம் முழிச்சிரப் போகுதுங்க. அது என்னவோ தெரியலடி, உன்னைத் தொட்டதும் புள்ளைங்களுக்கு மூக்குல வேர்த்துடுது" என்றவாறே மேகலாவைத் தன் பக்கம் இழுத்து நெஞ்சில் சாய்த்துக் கொண்டான் சேகர்.

"என்னங்க இது நேரமா? புள்ள பொறந்து ஆறுமாசம் தானே ஆகுது?" என வாய் சொன்னாலும் அவனைத் தூண்டத் தொடங்கியிருந்தாள் மேகலா.

"சீ! வாயை எடுங்க. குழந்தைக்கு பால் பத்தாம போயிடும்னு சொல்றேன்ல்ல" என அதட்டியவளின் குரல்

கேட்டு மெல்ல முண்டி பாலுக்கு அழத் தொடங்கினான் ப்ரவீன்.

“என்னாடி இது சே! சரி, சரி, புள்ளையப் பாரு ஆபிஸ்க்கு லேட்டாகுது” என விலகி உடைகளை அணியத் தொடங்கினான் சேகர்.

அப்பொழுது மெலிதாகக் கதவு தட்டப்படும் சத்தம் கேட்டதும், வாசலுக்கு எரிச்சலாக விரைந்தான்.

அங்கே சிறிய கிண்ணத்தைக் கைகளில் வைத்துக்கொண்டு,

“இல்லைங்க, இங்க காலிங்பெல் எங்க இருக்குன்னு தெரியல. நாங்க பக்கத்து வீட்டுக்குப் புதுசா குடி வந்துருக்கோம். கொஞ்சம் ஜீனி வேணும். வீட்ல பொம்பளைங்க இருக்காங்களா?” என்பவளைப் பார்த்து பிரமித்து நின்றான் சேகர். வெள்ளை வெளேரென கைகள், முக்காடிட்ட முகத்தில் சிறிது வெளிபட்ட அழகிய கண்கள், சிறிய வாய், கூர்நாசி, கன்னங்களில் மின்னும் பளபளப்பு. பார்த்துக் கொண்டிருக்கும்போதே அங்கு, “யாரது?” எனக் கேட்டுக்கொண்டே வந்து சேர்ந்தாள் மேகலா.

மரியாதை நிமித்தம் உள்ளே வந்து ஒரு பத்திரிகையை புரட்டிக் கொண்டிருந்த சேகரின் கவனமெல்லாம் வாசலிலேயே குவிந்து கிடந்தது.

ஜீனியைக் கொண்டு போய் கொடுத்துவிட்டு வந்தவளிடம்,

”என்ன மேகலா? யாரு இவங்க” என்று கேட்டான் சேகர்.

“பக்கத்து வீட்டுக்குப் புதுசா குடிவந்திருக்காங்க. அவுங்க புருஷன் துபாய்ல இருக்காராம். இரண்டு புள்ளைங்க, அவுங்க ஊரு கிராமமாம். அதுனால புள்ளைங்க படிப்புக்காக இங்க வந்திருக்காங்க. என்னங்க! நீங்க பார்த்தீங்களா! எவ்வளவு வெள்ளையா அழகா இருக்காங்கன்னு” என்று சொன்ன மேகலாவை நிமிர்ந்து பார்த்த சேகர்.

“என்ன பெரிய அழகு, வெள்ளை எல்லாம் மேக்கப்பா இருக்கும்” என்றவனின் கண்களில் நரியின் தந்திரப் பார்வையும், வேட்டை விலங்கொன்றின் எச்சில் வழியும் கூர் பற்களும் மறைந்திருந்தன.

ஒரு மாதம் சென்றிருக்கும். அன்று சாயங்காலம் பள்ளி விட்டு வந்ததும், ஜெயா வாசலில் கார்ப்பரேசன் குழாயில்

வரும் தண்ணீரை அவளுக்குப் பொருத்தமாக இருந்த குட்டிக் குடத்தில் பிடித்து வாசலுக்குத் தண்ணீர் தெளித்து, ஸ்டார் கோலம் போட்டுக் கொண்டிருந்தாள்.

"குட்டிப் பாப்பா அழகா கோலம் போடுறீயே, உன் பேரு என்ன?" என்று கேட்டுக்கொண்டே பக்கத்தில் நிழலாடுவதைக் கண்ட ஜெயா, பதில் சொல்லாமல், "நீங்க யாரு? வாளியில என்ன வச்சிருக்கீங்க?" எனக் கோலம் போடுவதை நிறுத்தாமல் அண்ணாந்து பார்த்துக்கொண்டே கேட்டாள்.

"முறுக்கு இருக்கு. சாப்பிடுறியா?" என்று கேட்டவாறே இரண்டு முறுக்குகளை எடுத்து ஜெயா கையில் கொடுத்தாள் பவித்ரா.

அதை எடுத்து வாயில் வைக்கப்போகும் பொழுது எங்கிருந்து வந்தாளோ தெரியவில்லை, பளீரென வாயிலேயே அறைந்து அந்த முறுக்குகளைக் கீழே தள்ளிவிட்டாள் மேகலா.

"ஏன்டி பொறம்போக்கு நாயே, அந்த சீட்டாட்ட க்ளப்புக்கு முறுக்கு விற்கப் போறதோட வச்சிக்க, என் பொண்ணத் தொட்டுப் பேசற வேலையெல்லாம் வச்சிக்காத. நீ அங்க முறுக்கு விக்க எதுக்குப் போற, என்ன செய்யறேன்னு நல்லாத் தெரியும்டி" எனச் சொல்லிக்கொண்டே பவித்ரா நின்றிருந்த இடத்தில் குட்டிக் குடத்திலிருந்த தண்ணீரை ஊற்றி விளக்குமாற்றால் அவ்விடத்தைக் கூட்ட ஆரம்பித்தாள் மேகலா.

"பேரைப்பாரு பாரு பவித்ரா. விளக்குமாத்துக்குப் பேரு பட்டுக்குஞ்சமாம்" என ஒவ்வொரு வார்த்தைகளிலும் வன்மத்தைத் தெறிக்கவிட்டாள்.

"அக்கா, நீங்க திட்டறது ஒண்ணும் புதுசில்லை. ஊரே திட்டுது. நான் ஒண்ணும் சுகத்துக்காக இதப் பண்ணல.. இரண்டு பச்சப் புள்ளைங்களுக்கு பால் வாங்கக் கூட காசில்லாமதான் பண்றேன். எங்கூருப் பக்கம் சொல்லுவாங்க, ஆயி செத்துட்டா அப்பன் இன்னொரு கல்யாணம் பண்ணிட்டு சித்தப்பனாகிடுவான். அப்பன் செத்துட்டா அம்மா ஊர் மேல போயாவது புள்ளைங்கள காப்பாத்திடுவான்னு, நான் அததாங்க்கா செய்யறேன். உங்கள்ட்ட ஒண்ணு சொல்லணும். நான்வேணா வீணாப் போனவளா இருந்துக்கறேன்கா. உங்க வீட்டுக்காரர ஏரிக்கரைப் பக்கம்

ஒரு முக்காடு போட்ட பொண்ணோட பார்த்தேன். வாழ்க்கையை நழுவ விட்டுடாதிங்க அக்கா. இந்தப் பக்கம் போறப்ப, வர்றப்பல்லாம் பார்த்துருக்கேன். நீங்க வாசல்ல கூட நின்னதில்ல. நான் சொல்லறத சொல்லிட்டேன். நான் வர்றேன்கா. புள்ளையப் போட்டு அடிச்சி பல்லுக் குத்தி இரத்தம் வழியுது பாருங்க" என்று சொல்லிக்கொண்டே அவ்விடத்தை விட்டு நகர்ந்தாள் பவித்ரா.

அப்பொழுதுதான் எச்சிலோடு இரத்தம் வழிய வழிய நிற்கும் ஜெயாவைப் பார்த்துப் பதறிப் போய் முந்தானையால் வாயைத் துடைத்துவிட்டுக் கொண்டே வீட்டிற்குள் அழைத்துச் சென்றாள் மேகலா.

உள்ளே வந்தும் வேலையே ஓடவில்லை அவளுக்கு. ஏதோ சாப்பாடு செய்து பிள்ளைகளுக்கும், சேகருக்கும் கொடுத்துவிட்டு யோசனையாகவே இருந்தாள். பவித்ரா சொல்வதை நம்பவும் முடியவில்லை. நம்பாமலும் இருக்க முடியவில்லை. பத்து நாட்களாக சேகர் ஏதாவது படிக்க வேண்டும் எழுத வேண்டும் எனக் கூறிவிட்டு திண்ணையில் படுத்துக் கொள்கிறான். சரியாகப் பேசுவதும் இல்லை. நேரமும் இல்லை. இவளோ பொழுதுக்கும் வேலை பார்க்கும் அசதியில் படுத்ததும் தூங்கிவிடுகிறாள். இன்று எப்படியாவது குழந்தைகள் தூங்கியதும் சேகரிடம் இதைப் பற்றிப் பேசவேண்டும் என எண்ணினாள்.

தன் மேல் காலைத் தூங்கிப் போட்டுக்கொண்டிருந்த ஜெயாவை அந்தப் பக்கமாகத் திருப்பி விட்டுவிட்டு மெல்ல எழுந்து, நீண்டிருக்கும் நடை பாதையைக் கடந்து திண்ணைக் கதவைத் திறக்க முயன்றாள்.

ஆனால், கதவு வெளிப்பக்கமாக பூட்டப்பட்டிருந்தது. மேகலாவிற்கு என்ன செய்வதென்றே தெரியவில்லை. சரி, பிள்ளைகள் வந்துவிடக்கூடாதென கதவை சேகர் பூட்டி வைத்திருக்கிறான் என நினைத்துக்கொண்டே சேகரைக் கூப்பிட வாயைத் திறந்தவள் அப்படியே உறைந்து நின்றாள். சேகரின் முயக்கத்துக் குரலும், வளையல் சத்தமும், மெலிதான கொலுசொலியும், அவள் காதுகளை எட்டியது. நர்கீஷ் எனப் பிதற்றும் கணவனின் ஒலி கேட்டு அப்படியே வாயைப் பொத்திக் கொண்டு சத்தம் வெளியே வராமல் கதறினாள் மேகலா.

நடைபாதை முழுவதும் உருண்டு புரண்டு அழுதாள். ஏன் எனக்கு இப்படி நடந்தது? நான் என் புருசனை முழுவதும் நம்பினேனே! வேற ஆண்களை நினைச்சுக் கூடப் பார்க்கலையே... நிமிர்ந்து கூடப் பார்க்க மாட்டேனே... எனக்கா இப்படி நடந்தது? எனக் கண்ணீர் முழுவதும் வற்றிப் போகும்படி அழுதாள். அழுது கொண்டே இருந்தாள். பின் குழந்தைகளின் அருகே வந்து படுத்துக்கொண்டே நெடுநேரம் யோசித்துக்கொண்டிருந்தாள்.

காலையில் எதுவும் தெரியாத மாதிரி உள்ளே வந்த சேகர், "என்ன மேகலாக் குட்டி.? கண்ணு சிவந்துருக்கு. உடம்பு சரியில்லையா?" என நெற்றியில் கை வைத்துப் பார்த்தான்.

"ஆமாங்க தலைய வலிக்குது" எனச் சொல்லிக்கொண்டே குழந்தைகளை சாப்பாடு கொடுத்து பள்ளிக்கு அனுப்பி விட்டு சேகரையும் ஆபிஸுக்கு அனுப்பி வைத்தாள்.

3

சாயங்காலம் பள்ளிவிட்டு வீட்டுக்கு வந்ததும், "அம்மா, அம்மா, திங்கறதுக்கு ஏதாவது கொடு" என்ற ஜெயாவிடம் இரண்டு முறுக்குகளையும், புவனாவிடம் இரண்டு முறுக்குகளையும் கொடுத்த மேகலா,

"ஜெயா, எங்கையும் போகக் கூடாது. பாட்டில்ல பால் ஆத்தி வச்சிருக்கேன். தம்பி அழுதாக் கொடு" எனச் சொல்லிவிட்டு வாளி நிறைய முறுக்குகளோடு கிளம்பினாள்.

ஒன்றும் புரியாமல் ஜெயா அம்மாவின் பின்னாடியே ஓடி வந்து எங்கே செல்கிறாள் எனப் பார்த்துக் கொண்டிருக்கும்போதே அந்தத் தெருவின் சீட்டாட்ட கிளப்பிற்குள் நுழைந்துகொண்டிருந்தாள் மேகலா.

சஞ்சலம்

கினி கினியென மணியடிக்கும் சப்தமும் ஏதோ பனிப் பிரதேசத்தில் இருப்பது போல் புகைமண்டலமும், "கல்லும் முள்ளும் காலுக்கு மெத்தை சாமியே! ஐய்யப்போ சாமியே ஐய்யப்போ! ஏத்திவிடப்பா! தூக்கிவிடப்பா!" என்ற பஜனைக் குரல்களுமாய் சுற்றிலும் கேட்டுக்கொண்டிருக்க, போர்வைக்குள்ளிருந்து கலைந்த பரட்டைத் தலையும் கொடுவாயும் அழுக்குத் தள்ளிய கண்களுமாய் எழுந்திருப்பதற்கே வெட்கமாக இருந்தது ஐந்து வயது விநோதினிக்கு. இன்னும் கொஞ்சம் நேரம் தூங்குவது போல் நடிக்கலாம் என்றால் அடுக்களையிலிருந்து பாட்டி, "விநோ, எந்திரி. போய் மூஞ்சக் கழுவிட்டு பல்லை விளக்கிட்டு வந்து பூஜைல கலந்துக்க" என்றழைக்கும் குரல் கேட்டது.

இனி தப்பிக்க முடியாது. விருட்டென பாய் போர்வையைச் சுருட்டி ஓரமாய் வைத்துவிட்டு முகம் கழுவிக்கொண்டு வருவதற்கும் தாத்தா முந்திரி, திராட்சை, கற்கண்டு, அவல் கலந்த பிரசாதம் தருவதற்கும் சரியாக இருந்தது. தாத்தா சபரிமலைக்கு மாலை போட்டிருக்கிறார். மாலை போட்டிருக்கும் சமயத்தில் அவர் பெரும்பாலும் மௌனமாகவே இருப்பார். ஐந்தரை அடி உயரம் பெரிய அகலக் கண்கள். முறுக்கிவிடப்பட்ட மீசை. பார்ப்பதற்கு ரொம்ப கம்பீரமாக அழகாக இருப்பார். எங்கே போனாலும் தாத்தா கையைப் பிடித்துக்கொண்டு போவதில் விநோதினிக்கு அவ்வளவு சந்தோஷம்.

தேவிலிங்கம் ◆ 47

குண்டு குண்டான விரல்கள், அகன்ற உள்ளங்கை, உருண்டையான கைகள், பட்டையாய் விபூதி பூசிய நெற்றி. தாத்தா ஜிப்பாதான் போடுவார். சலவை செய்த ஜிப்பாக்களும், ஜவ்வாது வாசனையுமாய் தாத்தா மிகப்பெரிய பணக்காரர்களில் ஒருவராகவும் யார் வீட்டுக்கு வந்தாலும் உணவு வழங்குபவராகவும் ஊரில் பெரிய மனிதர்களில் ஒருவராகவும் இருந்தார்.

"தாத்தா ! தாத்தா எனக்கு பேச்சுப் போட்டி வச்சிருக்காங்க. எழுதித் தாங்க தாத்தா" எனக் கேட்டுக் கொண்டிருந்தவளை,

"வா விநோ ! குளிச்சிட்டு வந்திரலாம்" எனக் கையப் பிடித்து அழைத்துச் சென்றாள் வாசுகி. விநோதினியின் பெரியம்மா.

"பெரியம்மா ! பெரியம்மா ! இன்னைக்கு எனக்கு ஸ்கூல்ல பேச்சுப்போட்டி இருக்கு. எனக்கு தலை குளிப்பாட்டி விடுறீங்களா ? டீச்சர் சொல்லச் சொன்னாங்க" எனத் தொண தொணவென பேசிக் கொண்டிருந்தவளை, "வா செல்லம், குளிப்பாட்டி விடுறேன்" எனக் கையைப் பிடித்துக்கொண்டு மாமனாரைப் பார்த்து மெலிதாகச் சிரித்து வைத்தாள் வாசுகி.

தூரத்தில் ஆற்றங்கரை தெரிந்தது. சூரியன் இன்னும் தன்னை வெளிப்படுத்திக் கொள்ளவில்லை. இளவெளிச்சத்தில் அங்கொன்றும் இங்கொன்றுமாய் அமர்ந்து காலைக் கடன்களை முடித்துக் கொண்டிருந்த ஆண்கள், பெண்கள் குரல் கேட்டதும் எழுந்து நகர்ந்து கொண்டிருந்தனர். விநோதினியைப் பிடித்திருந்த கைய வெடுக்கென உதறிவிட்டு, "சனியன் எங்க போனாலும் என் பொண்ணுகிட்ட போட்டிக்கு வந்துடுது. அந்தக் கிழவனும் கிழவியும் இந்தக் குட்டிப்பிசாசத் தூக்கி தலைல வச்சிட்டு ஆடுறாங்க. பாருங்க கமலாக்கா என் தலையெழுத்த ! மூணாவது கொழுந்தன் போஸ்ட் ஆபிஸ்ல ஆபிசர், ஓர்பபடியா மொட்டை கிராமத்துக்காரி. அ'ன்னா ஆ'வன்னாவே படிக்கத் தெரியாது ! மன்னார்குடியில இதோட அப்பனும் ஆத்தாளும் வரிசையா புள்ளையப் பெத்துக்கிட்டு, இத வளர்க்க முடியலேன்னு இங்க கொண்டுவந்து விட்டுடுச்சிங்க ! கிழவன் இதுதான் முதல் பேத்தின்னு தாங்கு தாங்குன்னு தாங்கறாரு. நான் ஏதாவது சொல்ல முடியுமா ? சொத்து முழுசா அவரு கையில இருக்கு ! வெளில போடீன்னு சொல்லிட்டா கையாலாகாத புருசனையும், ரெண்டு புள்ளைங்களயும் வச்சிக்கிட்டு நான் என்ன பண்றது? வடிச்சிக்

48 ◆ கிளிச்சிறை

கொட்டி எழவு கொடுக்கறேன் எல்லா சனியனுங்களுக்கும்" என்றாள் வாசுகி.

காதில் விழுபவற்றின் சரியான அர்த்தங்களைக் கூடப் புரியாத விநோ, சட்ரஸ் பலகையை மீறி வழியும் தண்ணீரில் கையை நீட்டி, நீர் விரல்களின் வழியே பிளவுபட்டு ஊற்றுவதைக் கண்டு ரசித்துக் கொண்டிருந்தாள். பக்கத்தில் அவளோடு கார்த்திகாவும் பாவாடையைக் காற்றோடு நீரில் அழுத்தி பெரிய முட்டை மாதிரி செய்து மிதந்து கொண்டிருந்தாள்.

வாசுகி அவளைப் பார்த்து, "வா கார்த்திகா இங்க! தலையப் பாரு! செம்பட்டையா... எங்கையாவது பொடரிக்கு கீழ இறங்குதா? நானும் என்னன்னவோ பண்றேன். முட்டை கொடுக்கறேன், பால் கொடுக்கறேன். சனியனே, எனக்கு வந்து பொறந்தியே! அங்க பாரு, விநோவுக்கு எவ்வளவு கருகருன்னு முடியப் பாரு! இந்தா இந்த ஷாம்பு போட்டு நல்லாத் தேய்! ஒரு பாக்கெட்தான் இருந்துச்சி!" என்றாள்.

"பெரியம்மா, எனக்கும் ஷாம்பு வேணும் பெரியம்மா! டீச்சர் குளிச்சிட்டு வரச் சொன்னாங்க. எல்லாரையும் வெல்கம் பண்ணனுமாம் பெரியம்மா!" என்ற விநோதினியிடம் வாசுகி,

"வாடீ என் தங்கம், அது தங்கச்சி குளிக்கட்டும். இந்த துணி துவைக்கற சோப்பு இருக்குல்ல, இத தலைக்குத் தேய்ச்சா நல்லா நுரை வரும்" என்று கூற,

"வேணாம் பெரியம்மா இது மண்டைய எரியுது" என்றாள் விநோதினி பாவமாக.

"அப்ப அடுத்த தடவை தாத்தாட்ட பெரிய பாட்டில்ல ஷாம்பு வாங்கிட்டு வரணும். நீ கேட்டா தாத்தா வாங்கிக் கொடுப்பாரு சரியா?" என்ற வாசுகியைப் பார்த்து, "சரி பெரியம்மா, பாட்டீல்ல வாங்குனா தினமும் எனக்கு ஷாம்பு போட்டுக் குளிப்பாட்டுவீங்கல்ல?" என்று கேட்ட விநோதினியின் கண்கள் கார்த்திகாவின் தலையிலிருந்து கலர் கலராக வண்ணக் குமிழிகளாய் பறந்து கொண்டிருக்கும் குமிழிகளையும், மல்லிகை வாசனையாய் ஆற்றுநீரில் கலந்து ஓடிக்கொண்டிருக்கும் ஷாம்புவையும் ஏக்கமாகப் பார்த்துக் கொண்டிருந்தன.

குளித்து முடித்து இருவரையும் அழைத்து வந்து கொண்டிருந்தாள் வாசுகி. பாலத்துக்கு அடியில் அரையிருட்டாக கணுக்கால் வரை தண்ணீர் ஓடிக் கொண்டிருந்த இடத்தில், "கமலாக்கா! நீங்க முன்னாடி போயிட்டு இருங்க, இந்தப் புள்ளைங்களுக்கு ஒண்ணுக்கு வருதாம், நின்னு கூட்டிட்டு வந்தர்றேன்" என்ற வாசுகியிடம், "சரி வாசுகி, நான் முன்னாடி போறேன். அவுகளுக்கு காபி போடணும்" என்று கடந்து போனாள் கமலா பெரியம்மா. கமலா பெரியம்மா அந்தப் பக்கம் போனதும், பாலத்துக்கு அடியில் படிந்து கிடக்கும் கொஞ்சம் பெரிய கற்களை நகர்த்த முடியாமல் நகர்த்தி அதற்குக் கீழே சுருண்டுகொண்டு தன்னை மறைத்துக் கொண்டிருக்கும் இறால்களை கைகளால் தடவித் தடவிப் பிடித்து சிறிய நசுங்கிய அலுமினிய குண்டான்களில் போட்டுக் கொண்டிருக்கும் சிறுவன்களை வேடிக்கை பார்த்துக் கொண்டிருந்த விநோதினியின் கழுத்தில் கறுப்புக் கயிற்றில் தொங்கிக் கொண்டிருந்த டாலரை பிடித்துப் பார்த்தாள் வாசுகி.

"ஏது விநோ இது! இன்னைக்கு குளிப்பாட்டுறப்பதான் பார்த்தேன். நல்லாவே இல்ல. சிகப்பு கல்லு வச்சி..."

"அதுவா பெரியம்மா, தாத்தா நேத்து கட்டிவிட்டாரு. சிங்கபூர்லேர்ந்து விக்க வந்த டாலராம். திருஷ்டி படாம இருக்குமாம். அழகா இருக்கா பெரியம்மா?" என்றவாறே வாசுகியைப் பார்க்க அவளது விழிகள் அகன்று விகாரமாய் அந்த டாலரையே பார்த்துக் கொண்டிருந்தன. அடர் இளஞ்சிவப்பு நிறத்தில், நீருக்கு அடியில் உள்ள நாணயத்தைப் பளீரெனப் பிரதிபலிப்பதுபோல் மங்கலாய் அதே நேரத்தில் கண்கூசும் ளியோடு சுற்றிலும் ஏழு ரூபிக் கற்களும் நடுவில் ஒரு வெள்ளை மாணிக்கக்கல் என அத்தனை சௌந்தர்யத்தோடு இருந்தது அந்த டாலர்.

"பாட்டி, நான் ஸ்கூலுக்கு போயிட்டு வர்றேன் பாட்டி. இன்னைக்கு சுதந்திர தினம். நான் போய் பேசனும். தாத்தா எழுதிக் கொடுத்துருக்காரு நேரு மாமா பத்தி... மனப்பாடம் பண்ணிட்டு இருக்கேன். எனக்கு இந்த பட்டனை போட்டுவிடு" என்ற விநோதினியின் கழுத்தைப் பார்த்து திடுக்கிட்ட சீதாலெட்சுமி, "எங்கடி கழுத்துல இருந்த கறுப்புக் கயிறக் காணோம்? டாலர் எங்க? எங்கங்கல்லாம் போன? அடிப்பாவி விலை அதிகம்டி அது, தாத்தாக்குத்

தெரிஞ்சா என்னைக் கொன்னுபுடுவாரே! அப்பவே சொன்னேன், சின்னப் புள்ளை கழுத்துல போடாதீங்கன்னு... இப்படித் தொலைச்சிட்டு வந்து நிக்கிறியே!" எனப் பதறினாள்.

"பாட்டி, நிஜம்மா எனக்குத் தெரியல பாட்டி. காலையில பெரியம்மாவோட குளிக்கப் போனேன். மறுபடி எங்கையுமே போகல பாட்டி. சத்தியமா எனக்குத் தெரியாது" என அழத் தொடங்கியவளைப் பார்த்து பரிதாபமாக வந்தது சீதாலெட்சுமிக்கு. அவள் மனதிற்குள்ளாகவே பேசத் தொடங்கினாள். மனதிற்குள் பேசினாலும் அதற்கேற்றவாறு விரல்களையும் கைகளையும் ஆட்டிக் கொண்டிருந்தாள். வெளியிலிருந்து பார்ப்பவர்களுக்கு சீதா யாரோடோ பேசிக்கொண்டிருப்பது போலவே தெரியும். மனதில் உள்ளதை வாய் விட்டு சொல்லக் கூட முடியாத பெரும்பான்மையானவர்களின் நிலை இதுதான். "பாவம் பச்ச மண்ணு. அதுக்கென்ன தெரியும்? என்ன வரம் வாங்கி வந்துச்சோ பத்து மாசத்துலேர்ந்து அப்பனையும், ஆத்தாவையும் பிரிஞ்சி வாழுது. இங்க இரண்டு பேரு இருக்காளுங்க, பொச்செரிச்ச புடுச்சவளுக... பச்சக் குருத்தப் பார்த்து பொறாமைப்பட்டுக்கிட்டு சாப்பாடு கூட நேரத்துக்கு தர மாட்டேங்கறாளுங்க. பசிக்குதுன்னு கேட்கக் கூடத் தெரியாம துணிய சுருட்டி வச்சிக்கிட்டு பச்சமண்ணு படுத்துக் கிடக்கறதப் பாத்தா வயிறெல்லாம் குழையுது"

பக்கத்து வீட்டு சௌந்தரவல்லி அக்கா நேற்றுதான் சொல்லிட்டுப் போனாள். "சீதா இனி சாப்பாட வாசுகி கிட்ட கொடுத்து விடாத... அவ அவ புள்ளைக்கு முட்டைய ஊட்டிவிட்டு, விநோதினிகிட்ட இருக்கற முட்டையையும் எடுத்து தான்புள்ளைக்கே ஊட்டி விடுறா. பாவம் இந்த விநோதினிப் புள்ள, வெறுஞ்சாதத்த வெடுக்கு வெடுக்குன்னு இரண்டு வாய் தின்னுட்டு சிரிச்சிட்டே போகுது. பாக்க வயித்தெரிச்சலா இருக்குது. உன் சின்னப்பையன் வந்தா புள்ளைய ஊருக்கே கூட்டிட்டுப் போகச் சொல்லு. இன்னும் எத்தனை நாளு அப்பா அம்மாவப் பிரிஞ்சி இந்தப் புள்ள இருக்கும்? இங்க உள்ளவளுகளும் கடுப்பாதான ஆவாளுக? அவ அவ, அவ புருஷன் புள்ளைகளப் பாப்பாளுவளா? மத்தவ குழந்தைகளப் பாப்பாளுவளா?"

சௌந்தரவல்லி அக்காவின் குரல் சீதாபாட்டியின் காதிலேயே ஒலித்துக் கொண்டிருந்தது.

விளக்கமாறை எடுத்துக்கொண்டு மூலை முடுக்கெல்லாம் கூட்டிப் பெருக்கி, டாலரைத் தேட ஆரம்பித்தாள் சீதாபாட்டி.

புழக்கடை, அடுப்படி கொல்லைப்புறம், பூவரசமரக் கிணத்தடி, தண்ணீர் ஊற்றி வைக்கும் பெரிய அரிக்கேன் சட்டி, பெரிய பித்தளைக் குவளை, நெல் ஊற வைக்கும் பெரிய மரத்தொட்டி, சாமி ரூம் பெட்டகம் எதையும் விட்டு வைக்கவில்லை. இருப்பினும் அந்த டாலர் கிடைக்கவே இல்லை.

தாத்தாவிடம் சொன்னபோது, “அது இலேசில அவுந்து விழாது. படு முடிச்சில்லபோட்டுருந்தேன்? எதையாவது வச்சி அறுத்துருந்தாதான் டாலரை எடுத்துருக்க முடியும்..” என்று நெற்றி சுருங்க யோசித்தவர், “சரி, சரி, விடுங்க. வேலையப் பாருங்க” என்று யோசனையாக கொல்லைப்புறம் சென்றுவிட்டார்.

இரண்டு மாதங்கள் சென்றிருக்கும். மிக விசாலமான கூடம் அது. மெரூன் நிறத்தில் சிமெண்ட் பூக்கள் செய்யப்பட்டு ஆங்காங்கே வழவழப்பாக பாலீஷ் செய்யப்பட்ட தரையில் அந்தப் பூக்கள் நட்சத்திர வடிவில் பதிக்கப்பட்டு, அத்தனை அழகாக உருவாக்கப்பட்ட தரைத்தளம் அது. சளிப் பிடிக்கும் என அதட்டும் பாட்டியை மழைக்காலத்தில் ஏமாற்றி விட்டு விநோதினி அத்தரையில் சில்லென்று படுத்துவிடுவது வழக்கம்.

ஏதேனும் பேய்க்கதை பேசும்பொழுதோ, பேய்ப்படம் பார்க்கும்பொழுதோ, கார்த்திகாவோடு வாசுகி பெரியம்மா அறையிலோ அல்லது பிரியாவோடு திலகா பெரியம்மா அறையிலோ படுத்துக்கொள்வாள் விநோ.

ஆனால், அவளுக்கு எப்பொழுதுமே பாட்டியோடு படுப்பதுதான் பிடித்திருந்தது. நடுஇரவில் ஏதேனும் குரல் கேட்டோ தாகமெடுத்தோ கண் விழிக்கும் பொழுதெல்லாம் கண்ணுக்குப் புலப்படும் காரணம் புரியாத நிர்வாண உடல்கள் அவளுக்கு அருவருப்பூட்டின.

அன்று பக்கத்து வீட்டில் சியாமளா அக்கா பெரிய மனுசி ஆகிவிட்டாளென வீடே கலகலப்பாக இருந்தது. தாத்தா அவளுக்கு மாம்பழ நிறப் பட்டுப் பாவடை வாங்கி வந்திருந்தார்.

தாத்தாவின் தங்கப் பட்டறை வாசலிலேயேதான் அந்த டெய்லர் கடை இருந்தது. அந்த டெய்லருக்கு சிறு பிள்ளைகளின் உடை தவிர வேறு எதுவும் தைக்கத் தெரியாது.

ஒருமுறை ஒரு பெண்ணுக்கு உள்பாவாடை தைத்துக் கொடுத்து அது கழுத்துக் கீழே இறங்காமல் போக, அப்படியே கடை வீதி வந்து சட்டையைப் பிடித்து சண்டை போட, தாத்தாதான் பணம் கொடுத்து அந்தப் பெண்ணை சமாதானப்படுத்தி அனுப்பி வைத்தார்.

மாம்பழ நிற புதுப் பாவாடையும், பாட்டி போட்டுவிட்ட இரண்டு ஜதை தங்க வளையலுமாக காலையிலிருந்து விளையாடியவளுக்கு, இரவானதும் கண்ணைச் சுழற்றியது. "பாட்டி... பாட்டி... வா! எனக்கு தூக்கம் வருது" என்றழைத்தாள் விநோதினி.

"பாரு விநோ குட்டி, இந்த லட்டெல்லாம் நான்தானே உருட்டணும்? நீ போய் கார்த்திகாவோட வாசுகி பெரியம்மாட்ட படுப்பியாம். நான் லட்டு செஞ்சி முடிச்சதும் உன்னைத் தூக்கிப்பனாம் சரியா! அங்க பாரு பாட்டில்ல பால் ஆத்தி வச்சிருக்கேன். நீ ஆடிக்கிட்டே சாப்பிட்டு இருக்கமாட்ட, எடுத்துக் குடிச்சிட்டுப் போ"

"சரி பாட்டி உன் கையப் பிடிச்சிட்டுதான தூங்குவேன்? சரி, சரி... உன் புடவையக் கொடு அதோட குஞ்சத்தை மூஞ்சில இழுப்பிக்கிட்டே தூங்கிடுவேன்"

"அந்த மரபீரோவில இருக்கும் எடுத்துக்கோ..."

"பாட்டீ நான் ஒண்ணு கேக்கவா? அப்பா, அம்மா வந்தா என்னைக் கொடுத்துடுவியா? என்னைக் கொடுக்காத பாட்டி. அந்த அம்மாவப் பார்த்தாலே எனக்குப் பிடிக்கல"

"வாடி என் தங்க மயிலு, அழகு மயிலு, தங்கக் கலசம்... யாரு வந்தாலும் உன்னைக் கொடுக்க மாட்டேன். போய் தூங்குடி கண்ணு"

காலையில் கண் விழித்ததும், சுற்றிலும் அனைவரும் பதற்றமாக நின்று கொண்டிருக்க, அனைவரும் தன்னையே பார்த்துக் கொண்டிருப்பதாய் உணர்ந்த விநோதினி கையைப் பிசைந்துகொண்டு கண்கலங்க நின்று கொண்டிருந்த பாட்டியை நோக்கி நகர்ந்தாள்.

அப்பொழுதுதான் வாசுகி பெரியம்மா ஆற்றுக்குச் சென்று குளித்துவிட்டு துவைத்த துணிகள் தோள்களில் தொங்க புடவையை ஏற்றிக்கட்டிய உள்பாவடையைச் சுற்றியவாறே இரு தோள்களையும் மறைத்து தொங்க விட்டிருந்தபடி உள்ளே நுழைந்தாள்.

“நில்லுடி அங்கேயே!” எனச் சொல்லியவாறே பளீரென வாசுகி பெரியம்மா கன்னத்தில் அறைந்தார் சுப்புராயன் பெரியப்பா.

“கட்டின பொண்டாட்டிய வாசல்ல நிக்க வச்சி அறஞ் சிட்டீல்ல, நான் எங்க அம்மா வீட்டுக்குப் போறேன்” என்ற வாசுகி பெரியம்மாவை யாருமே சமாதானப்படுத்தவில்லை.

காரணம் புரியாமல் குழம்பியவளின் முன்பு, அவளது அறையிலிருந்து அவளது பெட்டியை எடுத்துக்கொண்டு வந்து அவள் முன்பாகவே திறந்தார் சுப்புராயன் பெரியப்பா.

அதில் காணாமற்போன விநோதினியின் டாலர், கொலுசுகள், தோடுகள், அதோடு நேற்றிரவு விநோதினி தூங்கியதும் அவளிடமிருந்து திருடப்பட்ட ஜோடி வளையல்களும் இருந்தன.

வாசுகி பெரியம்மா அழத் தொடங்கினாள். “இது நான் செய்யல. யாரோ செஞ்சிட்டு என் மேல பழி போடுறாங்க” என்று ஆவேசமாக அலறத் தொடங்கினாள்.

“சரி போய் துணிய மாத்து வாசுகி. போனாப் போகுது. இனி இப்படிச் செய்யாத! உனக்கு என்ன வேணுமோ எங்ககிட்ட கேளு. விநோதினிக்கு செய்யற மாதிரிதான கார்த்திகாவுக்கும் எல்லாமே செஞ்சி தர்றோம்? இந்த வீட்ல என்னத்துக்கு குறைச்சல், எதுக்கு குறைச்சல்? நான்தான் காலைல விநோதினிக்கு பால் கொடுக்க வர்றப்ப வளையலக் காணுமேன்னு தேடுனேன். உன்னையும் ரூம்ல காணோம். திரும்பறப்ப பெட்டிய அவசரத்துல நீ மூடி அதுலையே சாவிய வச்சிட்டுப் போயிட்ட, பல நாள் திருடன் ஒரு நாள் அகப்படுவான். நல்ல பொண்ணு நீ. என்ன புத்தி இது உனக்கு?” என சீதாலெட்சுமி கூறிக் கொண்டிருக்கும்போதே வேகமாகத் தன் அறைக்குள் சென்று பூட்டிக்கொண்டாள் வாசுகி. அனைவரும் வாசுகி உடை மாற்றுகிறாள் என நினைத்திருக்க, அடுத்த நிமிடமே வாயில் நுரை தள்ளியபடியே,

"என்னைக் காப்பாத்துங்க... என் புள்ளைங்களுக்காவது என்னைக் காப்பாத்துங்க" என்று வலி தாங்காமல் அலறிய வாசுகியை தாங்கிப் பிடித்து சரிந்த சுப்புராயனிடம், "நீங்க நேத்து வாங்கிட்டு வந்த சயனைட தின்னுட்டேங்க" என்றபடி உயிரை விட்டிருந்தாள் வாசுகி.

***

"பாட்டி, நான் அம்மாவோட போகல பாட்டிஞ் நானும் கார்த்திகாவோட இங்கயே இருக்கேன் பாட்டி. கார்த்திகாவப் பார்த்துக்கற மாதிரி நீ என்னையும் பார்த்துக்க பாட்டி. நீ சொன்னதெல்லாம் கேட்பேன் பாட்டி. சமர்த்தா சாப்பிடுவேன். நகையெல்லாம் தொலைக்க மாட்டேன் பாட்டி" என அழுதுகொண்டே சீதாபாட்டியுடம் தூங்கிப் போனவளை, தூக்கிக்கொண்டு பேருந்தில் ஏறினான் விநோதினியின் தந்தை கண்ணன்.

சுலக்சனா

1

நீருக்கு பதிலாக பாதரசத்தை கரும்பச்சை இலைகளின் மேல் பரவலாகத் தெளித்து விட்டாற்போல் வளர்பிறைப் பௌணர்மி நிலவின் ஒளியை வாங்கி பிரதிபலித்துக் கொண்டிருந்தது பூவுலகு.

அடர்ந்த பின்மாலை அமைதியை மீறி ஆங்காங்கே தனக்கான மரக்கிளையைத் தேர்ந்தெடுத்து அமர்ந்து இணையைத் தேடி அகவிக் கொண்டிருந்தன மயில்கள்.

நீரோடையில் கால்களை நனைத்த வண்ணம் தலைநீட்டித் தள்ளாடும் தாமரையென வெளியே குளிர்ந்து உள்ளுக்குள் கொதித்துக் கொண்டிருந்தாள் மிருதுளை. "எவ்வளவு திமிர்! ஆணாதிக்கம்! சொல்வது ஒன்று. செய்வது ஒன்று. இந்த ஆண்களே இப்படித்தான். நம் எதிரே இருக்கும்பொழுது இனிக்க இனிக்கப் பேசுவார்கள். சிறிது நகர்ந்தவுடன் ஆண் என்ற திமிர் தலைக்கு ஏறிவிடும். வரட்டும் இன்று... இனி முகத்தில் முழிக்காதே எனக் கூறிவிடுகிறேன். நான் என்ன சாதாரண பெண்களைப் போலவா? சேனாதிபதியின் மகள். எனக்காக எத்தனை பேர் தவமிருக்கிறார்கள்! நான் இவனிடம் மதி மயங்குகிறேனே! இத்தனையும் பேசுகிறேன். எதிரில் அவனைக் கண்டுவிட்டால், 'ஈ' என இளித்துக்கொண்டு அவன் பின்னே சென்று விடுகிறேனே!" என நொந்து

கொண்டு, தலையில் மெல்லியதாக அடித்துக் கொண்டு தனக்குத் தானே பேசிக் கொண்டிருப்பவளை தூரத்திலிருந்தே பார்த்துவிட்டான் நெடுமாறன்.

கைகளைக் காற்றில் அளாவி முகத்தில் வந்தறையும் முட்கிளைகளைத் தவிர்த்து வந்து கொண்டிருக்கும் பொழுது அங்கிருந்தே மிருதுளையைப் பார்த்து, ஒரு கணம் அவளது அழகில் மெய்மறந்து இலயித்து நின்றான் நெடுமாறன்.

அரவம் கேட்டு சடாரெனத் திரும்பிய மிருதுளை மாறனைக் கண்டு உள்ளுக்குள் நெகிழ்ந்தாலும் அதை வெளிக்காட்டிக் கொள்வதில் அவளுக்குச் சிறிதும் விருப்பமில்லை. ஆடை நனையாமலிருக்க முழங்கால் வரை ஏற்றிவிடப்பட்ட வெற்றுக்கால்களின் வாழைத்தண்டுப் பளபளப்பும், வழவழப்பும் அதை உற்றுநோக்கிக் கொண்டிருக்கும் மாறனின் பார்வையும் அவளுக்கு நாணத்தை உண்டாக்கி சங்கோஜத்தை ஏற்படுத்தின.

விருட்டென எழுந்தவள், "நீங்கள் ஒன்றும் என்னை சமாதானப்படுத்த வேண்டாம். காலையிலிருந்து உங்களுக்குப் பிடித்த உணவுகளாக பார்த்துப் பார்த்து சமைத்து எடுத்து வந்து பத்து மணிநேரமாக இந்த மலைக் காட்டில் காத்திருக்கிறேன். நீங்கள் இப்பொழுது வந்திருக்கிறீர்கள்... எந்த நம்பிக்கையில் நான் காத்திருப்பேன் என நினைத்தீர்கள்? ஒருவேளை புலி என்னை அடித்துத் தின்றிருந்தால் என்ன செய்வீர்கள்? உங்களுக்கு மகிழ்ச்சியாகத்தான் இருக்கும். இன்னொரு பெண்ணை மணந்து கொள்ளலாம் அல்லவா! எனக்குத்தான் யாருமே இல்லை" என முகத்தை மூடிக்கொண்டு தேம்பியவளைக் கண்ட மாறன் அவளது காந்தள் மலரொத்த விரல்களை அகற்றி, "அங்கே பார் மிருதுளா, அங்கு தெரிவது ஒரு நிலவுதானே! உன்னிடமிருக்கும் பத்து நிலவுகளின் எண்ணிக்கை சொல்லவா! உன் முகமொரு நிலவு. இருவட்ட விழிகள் இரு நிலவு. அதன் கருங்கண்மணிகள் இரு நிலவு...மோகங் கொண்டு கிறங்குவதெற்கென்றே முன்னிரு நிலவு. பித்தமேற்ற விளைந்ததெனப் பின்னிரு நிலவு..!" என வர்ணித்துக் கொண்டே செல்ல மிருதுளை இடைமறித்தாள்.

"போதும்! போதும்! ஆரம்பித்துவிட்டீர்களா? உங்கள் வேலையை, இக்காடுகளுக்குக் கூட காதுகள் உண்டாம்.

உங்கள் மன்னரிடம் சென்று உங்கள் படைத் தளபதியின் வீரத்தைப் பாருங்கள் என வத்தி வைத்துவிடப் போகின்றன. காலையிலிருந்து உங்களுக்காகக் காத்திருத்து சாப்பிடவே இல்லை. பசிக்கிறது. வாருங்கள், இருவரும் உண்ணலாம். இதுதான் நாம் யாருக்கும் தெரியாமல் சந்திக்கும் கடைசி முறை. அடுத்த வாரம் ஊரறிய நமக்குத் திருமணம் ஆகியிருக்கும். திருட்டுத்தனங்களுக்கு இனி தேவையிருக்காது. தோழியைக் கண்டு வருவதாக அன்னையிடம் சொல்லிவிட்டு வந்திருக்கிறேன். விரைவில் வீடு செல்ல வேண்டும். விரைந்து வாருங்கள் அத்தான்" என்றாள் மிருதுளை.

அடுக்குப் பாத்திரங்களைத் திறந்து வைத்தவள் மீது ஏதோ மேலிருந்து விழ, அண்ணாந்துப் பார்த்தவள் மகிழ்ச்சியில் கூக்குரலிட்டாள்,

"அத்தான், இங்கே பாருங்கள். தேனீ கூடுகட்டியிருக்கிறது. எனக்குத் தேனென்றால் உயிர். நீங்கள்தான் பெரிய வீரராயிற்றே! எனக்குத் தேனெடுத்துத் தாருங்கள் அத்தான். இந்தத் தேனடையை அப்புறப்படுத்தாதீர்கள். பாவம் தேனீக்கள். அதன் உணவு நமக்கெதற்கு? இந்த மூங்கில் குழாயை அதில் சொருகிவிட்டு வந்துவிடுங்கள். நான் சிறிது சுவைக்காக தேன் சேகரித்துக் கொள்கிறேன். மலைத்தேன் மிக அருமையாக இருக்கும் அத்தான்..."

என்று சிறுமி மாதிரி குதித்துக் கொண்டிருப்பவளைப் பார்த்துச் சிரித்துக் கொண்டே, துளையுள்ள மூங்கில் குச்சியொன்றை இலாவகமாகச் செதுக்கி, இடுப்புப் பட்டியில் சொருகிக்கொண்டு மரம் ஏறத் தொடங்கினான் நெடுமாறன். .

வயதாகிய நீண்ட மரத்தில் காலை வைத்து ஏறியதும், உறிந்த மரப் பட்டையிலிருந்து பச்சை வாசனை அந்தப் பகுதியையே கிறங்கடித்தது. தேனீக்களின் கொட்டுதலுக்குப் பயந்து, அமைதியாக வந்தவன் மூங்கில் குச்சியை சிறிய கிணறளவு இருந்த தேனடையில் ஒரு முனையை சொருகினான். மறுமுனையில் ஏதோ இடிபட, திரும்பிப் பார்க்க எத்தனிக்கையில், கண்களில் ஏதோ பீச்சியடிக்கப்பட, அப்படியே, 'ஆ'வென அலறியவாறே அவ்வளவு பெரிய மரத்திலிருந்து கீழே விழுந்தான்.

என்ன நடக்கிறதென்றே புரியாத மிருதுளை முன்பு துடிதுடித்து கண்களை மூடியவாறே, "மிருதுளை, எனக்கு கண்கள் தெரியவில்லை. தொண்டை அடைக்கிறது..." என்றவாறே நீலம்பாரித்து, நுரை தள்ளி இறந்து போனான் நெடுமாறன்.

சடாரென மரத்திலிருந்து பொத்தென விழுந்த ஐந்து தலை நாகமொன்று பேசத் தொடங்கியது.

"என் பெயர் ஆதிசேஷன். நானே பெருமாளின் சகலமும். ஓய்வுநேரத்தில் இந்த வன்னிமரத்தில் தவமிருந்த என் தியானத்தைக் கெடுத்தது யார்?"

"நீ யாராக வேண்டுமானாலும் இரு. எனக்கு அதைப் பற்றிக் கவலை இல்லை. என் கணவனாகப் போகிறவரை இழந்து, இனி நான் உயிரோடிப்பதில் எனக்கு விருப்பம் இல்லை. இதேபோல் உனது கையால் உன் மகளுக்கு முக்கியமானதொரு உயிர் பறிக்கப்பட்டு, உனது மகள் எனது துயரை அனுபவிப்பாள். அப்பொழுது புரியும் உனக்கு எனது வலி" எனக் கூறிக்கொண்டே ஓடி மலையிலிருந்து கீழே குதித்தாள் மிருதுளை.

2

புயல் நேரத்து சமுத்திர அலைகளின் பெரும் பேரிரைச்சலாக பயங்கர சத்தத்தோடும், கொடுமைகளோடும் போர்க்களம் படுமோசமான வன்முறைக் கூடமாக மாறியிருந்தது. கையிழந்தும், காலிழந்தும், கண்ணிழந்தும், உடல் உறுப்புகள் சிதைந்தும், உயிரோடு பிடுங்கி எறியப்பட்ட பெரும் பசுமரத்தின் இலைகளென வலியினால் துடித்துச் சோர்ந்து தலைதொங்கி போர்வீரர்கள் துடித்துக் கொண்டிருந்தனர்.

இரு பக்கமும் மிகப்பெரிய சேதம் நிகழ்ந்து கொண்டிருந்தது.

இறந்துபோன உடல்களை இழுத்து தூரப் போடவோ அடையாளம் காணவோ கூட நேரமில்லாத தொடர் சண்டை அது. வாளெடுத்து சுழற்றும் வேகத்தில் துண்டிக்கப்பட்ட தலைகள் பம்பரமாகச் சுழன்று கொண்டேயிருக்க, உயிரற்ற உடல்கள் இறகைப் போல் மெதுமெதுவாக வீழ்ந்து கொண்டிருந்தன.

"இளவரசே! இளவரசே! அபத்தம் நடந்துவிட்டது" என்ற குதிரை வீரனின் குரலுக்குச் செவி சாய்த்து விழியுயர்த்தினான் இந்திரஜித்.

ஆறடி உயரம். நாவல் பழத்தின் மினுமினுக்கும் கருப்பு. முழங்கால் வரை நீளும் உருண்டு திரண்ட ஆபரணங்களால் அலங்கரிக்கப்பட்ட கைகள். விரிந்த மார்பில் தரித்த பொன்கவசம். விரிவிழிகள். நெரிபுருவம். கழுகின் சிறகொத்த விரி மீசை. ரணகளத்திலும் அத்தனை அழகனாய் வாள் சுழற்றிக் கொண்டிருந்தான் இந்திரஜித் எனப்படும் மேகநாதன். பிறக்கும்பொழுது இடியை விட இவனது குரல் அத்தனை அலறியதால் இராவணனால், மேகநாதன் எனப் பிரியமாகப் பெயர் சூட்டப்பட்ட இராவணின் மூத்த செல்ல மகன். செல்வ மகன். வீர மகன்.

எதிரிகளை வீழ்த்தும் நேரத்தில் நொடி நேரம் குறைகிறதே என அலுப்பாக மனதில் நினைத்துக்கொண்டே எரிச்சலாக, "என்ன அபத்தம்?" என வினவினான் இலங்கை இளவரசன்.

"இளவரசே, நீங்கள் ஏவிய பிரமாஸ்திரத்தினால் உயிரிழந்திருந்த இராமனின் தம்பி லெட்சுமணன், அனுமார் என்னும் வானர வீரன் எடுத்து வந்த சஞ்சீவினி மூலிகை மருந்துகள் மூலம் உயிர்பெற்று விட்டார்"

"என்ன சொல்கிறாய்! நீ எனக்கு மிகப் பிடித்தமானவன். இல்லையெனில் நீ சொன்ன சொல்லுக்கு தலையைச் சீவி சமுத்திரத்தில் தூக்கி எறிந்திருப்பேன்" என்று இந்திரஜித் கூறிக் கொண்டிருக்கும் பொழுதே, தூரத்திலிருந்து போருடை தரித்து, அணையை மீறி வழியும் நீரென, சீரற்ற வேகத்தில், குதிரையை விரட்டி வெகுவேகமாக பெண்ணொருத்தி இவர்களை நோக்கி வந்து கொண்டிருந்தாள்.

முரட்டுப் போர் உடைகள் மறைத்த பாகங்கள் மீறி, தென்படும் அழகை வைத்தே தெரிந்துவிட்டது இந்திரஜித்துக்கு. அந்த வட்ட முகம், அலை அலையாக, இடுப்புக்கு கீழே புரளும் விரித்த கூந்தல், மதர்த்த மார்புகள், தன் நெஞ்சில் கிடந்து விரியும் கூம்பிய தாமரைப் பாதங்கள், பிடிவாதத்தோடு குதிரையை விரட்டும் அவளுக்குப் பொருத்தமில்லாத, ஆனால், பிடிவாத வேகம். அவள் சுலக்சனா... அவன் காதல் மனைவி. ஆச்சரியமும், அதிர்ச்சியும், திகைப்புமாய் குதிரையின் கடிவாளத்தை அதன் வேகத்தில்

போய் இழுத்து நிறுத்தியதில் செம்மண் புகைமண்டலமாய் மேலே கிளம்பியது.

“நீ எதற்கு இங்கே வந்தாய் சுலக்சனா? இங்கே எல்லாம் நீ வரக்கூடாதெனத் தெரியாதா உனக்கு? இங்கு வந்து என் வேலையைக் கெடுத்துக் கொண்டிருக்கிறாய் நீ” எனக் கோபமாகப் பேசியவனை இடைமறித்து,

“சுவாமி! இதுவரை எனக்குத் தெரிந்து இப்படி நிகழ்ந்ததே இல்லையே! ஆற்று மணலைக் கூட எண்ணிவிடலாம். உங்களிடம் அடிமையாகக் கிடக்கும் தேவர்கள், மன்னர்களின் எண்ணிக்கை அதை விட அதிகம். எத்தனைப் போர்கள்! ஒன்றில் கூட நீங்கள் இதுவரை தோற்றதில்லை. தேவர்களுக்கும், அரக்கர்களுக்கும் மூண்ட சண்டையில் இந்திரனைச் சிறைப்பிடித்து, விடுவிக்க மறுத்து, பிரம்மன் உங்களிடம் கெஞ்சி, உங்களுக்கு வேண்டும் வரத்தினைக் கொடுத்து இந்திரஜித் என்னும் பட்டத்தை வழங்கினார். இதில் நீங்கள் ஐந்து இந்திரியங்களையும் இருள், அசுப, காமக், குரோத, ஆசை அடக்கி உங்கள் உடல் குறிப்பாக, இந்த உலகத்திலேயே மனதினை உங்கள் எண்ணப்படி செலுத்தத் தெரிந்த ஒரே பெரும் மனிதர் நீங்கள்தான் எனும் அர்த்தத்தில் ரிஷிகளால் இந்திரஜித் என்னும் பெயருக்கு நீங்கள் பொருத்தமானவர் என்றும் புகழப்படுவதுண்டு...” எனத் தொடர்ந்துகொண்டே போனாள்.

“சுலக்சனா இது என்ன? என்னைப் பாராட்டும் நேரமா இது! உன்னை சுற்றிப் பார். என்ன நிகழ்ந்து கொண்டிருக்கிறது எனப் புரிகிறதா? நீ பேரழகி என்பதற்காக மட்டுமே உன்னை நான் மணந்துகொள்ளவில்லை. நான் சிறைபிடித்த இந்திர மண்டபத்தில் உன்னைத் தவிர நிறைய பேரழகிளும் இருந்தார்கள். அந்த நேரத்தில் இடையவிழ்ந்த எனது ஆடையைக் கைப்பற்ற முடியாது கைவிடாமல் போரிட்டுக் கொண்டிருக்கும்பொழுது, அதைக் கவனித்த நீ இந்திரனைத் தந்திரமாக மடை மாற்றி எனக்கான நேரத்தை உருவாக்கிக் கொடுத்தாய். உனது பேரறிவும், வீரமும்தான் உன்னை எனது மகாராணியாக்க முடிவு செய்தது. பகைவனுக்கே அருளும் உனது நெஞ்சம் அளப்பரியது. இப்போது எதற்காக இப்படி புத்தியில்லாமல் பிதற்றிக் கொண்டிருக்கிறாய்? என்னவாயிற்று உனக்கு?” எனச் சீறினான் இலங்கை இளவரசன். ஆனாலும் அவனுக்கு சுலக்சனாவை நினைந்து

மிகப் பரிதாபமாக இருந்தது. அவனுக்காக நிறைய தருணங்களில் உயிரையும் கொடுக்கத் துணிந்தவள் அவள். ஏன் இப்படிச் செய்கிறாள் எனக் குழப்பமாக, ஒரு பெருமரத்தின் ஓரமாக அவளை அழைத்துச் சென்றான் இந்திரஜித்.

அவன் கரங்களை எடுத்து, தன் மெத்தென்ற கன்னத்தில் வைத்து அவனது திண்ணென்ற மார்பில் சாயப் போனவளை, "சூழ்நிலை மறக்காதே சுலக்சனா. நினைவுக்கு வா! நீ அரண்மனை செல்! நான் இதோ எதிரிகளை முழுமையாக அழித்துவிட்டு வந்துவிடுகிறேன். போ சுலக்சனா" என்றான்.

"சுவாமி! நான் ஒரு ஓரமாக நின்று உங்களைப் பார்த்துக் கொண்டிருக்கிறேன். உங்களது எதிரிகளான இராமனையும், அவரது தம்பி லெட்சுமணனையும் பார்த்தால் சாதாரண மனிதர்களைப் போல் தெரியவில்லை. உங்கள் பிரம்மாஸ்திரத்தை மீறி யாருமே உயிர் பிழைத்ததில்லை. எனக்குப் பயமாக இருக்கிறது. எதுவாக இருந்தாலும் உங்கள் தந்தையின் மேல் தவறிருக்கிறது. இன்னொருவர் மனைவியை அவள் சம்மதமில்லாமல் கவர்ந்து வருவது பெரும் தவறு. இது உங்களுக்கு நன்றாகத் தெரிந்திருந்திருந்தும் வீணாக, வழக்கத்திற்கு மாறாக தர்மத்திற்கு எதிராகப் போராடுகிறீர்கள். சீதையை அவர்களிடம் ஒப்படைத்து விடுங்கள். நாமிருவரும் மனம் விட்டுப் பேசும் அத்தாணி மண்டபம் திடீரென சரிந்து விழுந்துவிட்டது. எனக்கு எதுவோ சரியாகப்படவில்லை. சொல்லுங்கள். எது நியாயம் என உங்களுக்கே புரியவில்லையா சுவாமி?" என்ற சுலக்சனாவை இயலாமையோடு ஏறிட்டான் இலங்கை இளவரசன்.

"இங்கு எது நியாயம், நியாயமில்லை என்பது முக்கியமல்ல. எனது தந்தை இராவணனின் ஆணை இது. அவரது ஆணை எதுவாக இருப்பினும் நான் அதை மனமுவந்து ஏற்பேன், அது உன்னைக் கொல்வதாக இருந்தாலும் கூட. சீதையை ஒரு தடவை நீ காப்பாற்றி அழைத்துச் சென்று எல்லையில் விட முயன்ற பொழுது தந்தையிடம் மாட்டிக் கொண்டாய்! அவரது பிரியமானவற்றை நீ அவரிடமிருந்து பறிக்க முயன்றாலும், அவர் எனக்காக உன்னை மன்னித்து விடுதலை செய்தார். எனது உணர்வுகளுக்கு முக்கியத்துவம் கொடுப்பவருக்கு நான் முக்கியத்துவம் கொடுப்பதுதான் நியாயம். மன்னருக்குக்

கட்டுப்படுவதே எனது தர்மம், கடமை, நியாயம். அதைத் தாண்டி தனியாக யோசிக்க எதுவுமே இல்லை சுலக்சனா. புரிந்துகொள்! வேண்டுமானால் உனக்காக நிகும்பலை யாகம் செய்கிறேன். நமது குலதெய்வம் நிகும்பலா தேவியை வணங்கி அவளது காலடியில் இந்த யாகத்தினை நடத்தி முடித்துவிட்டால் என்னை எவராலும் கொல்ல முடியாது. நான் எனது தவத்தினால் சிவனிடமிருந்து, 'ஸமாதி' எனும் அஸ்திரத்தை வரமாகப் பெற்றுள்ளேன். அதன் மூலம் யார் கண்ணுக்கும் படாமல் என்னால் எவ்விடத்திலிருந்தும் சடாரென மறைய முடியும். அதன் மூலம் என்னை வீழ்ந்த வந்துகொண்டிருக்கும் இராமனின் கண்களிலிருந்து மறைந்து விடுகிறேன். நீ பத்திரமாகச் செல்! நான் அனைவரையும் அழித்துவிட்டு என் கண்மணி உன்னைக் காண ஓடோடி வந்துடுகிறேன்.." எனப் புன்னகைத்தான் இந்திரஜித்.

"சரி சுவாமி! என்னைத் தவிர நீங்கள் வேறொரு பெண்ணைக் கனவில் கூட நினைத்ததில்லை என்பதை நானறிவேன். உங்களின் ஆட்சியால் ஒரு பெண்ணுக்குக் கூட துரோகம் நிகழ்ந்ததில்லை. உங்கள் தந்தையின் பெண் கவரும் குணத்திற்கு நீங்கள் எதிரானவர். இந்த யாகத்தில் குறை ஒன்று உள்ளது. அதை உங்களுக்கு நினைவுபடுத்துவது எனது கடமை. இந்த யாகம் நடக்கும்போது ஒருவன் உங்களைத் தடுத்துவிட்டால், அவனால் உங்களை வெல்ல முடியும். லெட்சுமணன் பதினான்கு வருடங்கள் கண் விழித்து, கொஞ்சம் கூட உறங்காமல் தமையனைக் காத்து வந்ததால் அவனுக்கு சில வரங்கள் இயற்கையாகவே இருக்கிறதாம். கவனமாக இருங்கள். நான் அரண்மனை செல்ல மாட்டேன். போர்க்களத்திற்கு வெளியே காத்திருக்கிறேன். நீங்கள் என்னோடு வரும்பொழுது உங்களோடுதான் அரண்மனை செல்வேன். சரி, நான் காத்திருக்கிறேன். வந்துவிடுங்கள்.." எனச் சொல்லி குதிரையிலேறிப் புறப்பட்டாள் சுலக்சனா.

இந்திரஜித் ஸமாதி அஸ்திரத்தின் மூலம் மறைந்து நிகுபலா தேவிக்கு யாகத்தைத் தொடங்கினான். திடீரென போர்க்களத்திலிருந்து காணாமற் போய்விட்டதாக வானர வீரர்கள் மூலம் செய்தியறிந்த இராமனும், லெட்சுமணனும் இந்திரஜித்தைத் தேடிப் புறப்பட்டனர்.

தேடி வரும் பொழுது இராவணனால் சீதையைக் கவர்ந்து வரும் பொழுது சிறகொடித்துக் கொல்லப்பட்ட ஜடாயுவின்

மகனாக உள்ள கழுகின் மூலம் ஒரு குகைக்குள் யாகம் வளர்த்துக் கொண்டிருந்த இந்திரஜித்தை சுற்றி வளைத்து யாகத்தை நிறுத்தி, நிராயுதபாணியாக நின்ற இந்திரஜித்தை பலத்தோடும், ஆற்றலோடும், பதினான்கு வருடங்கள் கண் விழித்துக் கிடைத்த வரத்தோடும், ஆக்ரோசமாகப் போரிட்டு கொடூரமாக கொன்றதைக் கேள்விப்பட்ட சுலக்சனை லெட்சுமணனைத் தேடி குகைக்கு விரைந்தாள்.

குதிரையிலிருந்து இறங்கி லெட்சுமணனுக்கு சாபம் கொடுக்க கைகளை உயர்த்தும் பொழுது, "வேண்டாம். சற்றுப் பொறு பெண்ணே!" என அங்கு விசுவாமித்திரர் தோன்றினார்.

தலையைக் குனிந்து வணங்கும் லெட்சுமணனையும், தலைவிரிக் கோலமாக நின்றிருந்த சுலக்சனையையும் பார்த்து, "சுலக்சனா, லெட்சுமணன் உனக்குத் தந்தை. அவன் ஆதிசேஷனின் அவதாரம். அவனுக்கு, அவனால் வாழ்க்கை பறிக்கப்பட்ட ஒரு பெண்ணின் சாபத்தால் அவன் கைகளாலேயே அவனது மருமகன் கொல்லபட்டு மகள் கதிகலங்கி நிற்கிறாள்" என்று கண்கலங்கக் கூறினார்.

செய்வதறியாது சுலக்சனையைப் பார்த்துக் கதறிய லெட்சுமணன், "என் கைகளால் நானே என் மகளுக்குக் கேடிழைத்தேனா!" என அப்படியே சரிந்து கண்களைக் கைகளால் பொத்திக்கொண்டு அழுதான். லெட்சுமணனை ஒன்றும் செய்வதறியாது நோக்கிய சுலக்சனா,

"எந்த ஜென்மமாக இருந்தாலும், சாதாரணப் பெண்ணோ, மகாராணியோ, பாதிக்கப்படுவது பெண்கள்தான். ஆண்களுக்கான நியாயங்களும் தர்மங்களும் மட்டுமே உலாவும் உலகிது. பலிக்குக் கூட்டிச் செல்லும் ஆடுகள் போல பெண்கள் புகழப்படுவது பலி கொடுக்கப்படத்தான், இங்கே எல்லாவிதமான சண்டைகளும் ஆண்களாலேயே ஏற்படுத்தப்படுகிறது. சமாதானங்களும் அவர்களாலேயே ஏற்படுத்தப்படுகின்றன. பெண்கள் வெறும் உடைமை. அவர்களுக்கான கண்ணாடியாக மட்டுமே நாங்கள் செயல்பட வேண்டும். சிரித்தால் சிரிக்க வேண்டும். அழுதால் அழ வேண்டும். வாழு என்றால் வாழ வேண்டும். சாவு என்றால் சாக வேண்டும். எங்களுக்கான குறைந்தபட்ச உரிமைகள் கூட ஆண்களால் தொடர்ந்து மறுக்கப்பட்டேதான் வருகின்றன.

எனது மாமனார் இராவணன், மாமியார் மண்டோதரியின் மனநிலைப் பற்றி சிறிதும் அலட்டிக்கொள்ளாமல் சிறுபெண்ணை அவளது கணவனைப் பழிதீர்க்க கடத்தி வருவார். அந்தச் சிறுபெண்ணின் உணர்வுகளோ, மண்டோதரியின் உணர்வோ அவருக்கு அவசியம் இல்லை. அதற்காக இவ்வளவு பெரிய போர், அத்தனை உயிர்கள், அத்தனை பலி, அத்தனைப் பெண்களின் வாழ்வு பலி கொடுக்கப்படும். அதைப் பற்றி யாருக்கு கவலை? ஆண்களுக்கான ஆணவப் போரில் பெண்கள் பலிகடா. எனக்கு இரு குழந்தைகள் இருக்கிறார்கள். அத்தனை செல்லமாக வளர்க்கப்பட்டவர்கள். நான் இங்கு திருமணம் செய்து வந்தபொழுது, நான் வணங்கும் தெய்வத்தைக் கூட இங்கு வணங்க அனுமதி இல்லை. இருப்பினும் இந்த வாழ்க்கைக்கு நான் என்னைப் பழக்கப்படுத்திக் கொண்டேன். என் கணவருக்காக, அவர் மீது உள்ள அன்பிற்காக அனைத்தையும் சகித்துக்கொண்டேன். இந்தப் போரைக் கைவிடுங்களென தர்மத்தை அறிவுறுத்திக்கொண்டேயிருந்தேன். அனைத்தும் பிரயோசனமில்லாமல் போய்விட்டது. இப்பொழுது வேறு வழியில்லை. எனக்கு விருப்பம் இருக்கிறதோ, இல்லையோ நான் என் கணவனோடு உடன்கட்டை ஏற வேண்டும். இல்லையெனில் எனது கணவனின் மேல் உள்ள அன்பு அனைவராலும் சந்தேகத்திற்குள்ளாக்கப்படும். எனது குழந்தைகளை நான் பிரிந்தே ஆக வேண்டும். பெண்களுக்கு ஏன் இத்தனை தண்டனை? உணவிலிருந்து, உடல் முதற்கொண்டு பிறருக்காகப் பகிர்ந்தளித்துக்கொண்டே இருப்பவளுக்கு காலம் தரும் தண்டனைகள் மிக அதிகம்.

எனக்குத் தெரிந்து எனது மாமனார் வெல்லப் போவதில்லை. எனது சின்ன மாமனார் விபீஷணனிடம் நான் ஒப்படைக்கச் சொன்னதாக எனது குழந்தைகளை ஒப்படைத்து விடுங்கள் என்று கூறிக்கொண்டே இடையில் சொருகியிருந்த குறுவாளால் கழுத்தை அறுத்துக்கொண்டு கீழே சரிந்தாள் சுலக்சனா. காலம் வழக்கம் போல வேடிக்கைப் பார்த்துக்கொண்டிருந்தது.

அலை

அன்று காலை ஒன்பது மணிக்கு அவனுக்கு அந்தப் பெரிய மாநகராட்சி அலுவலகத்தில் நேரம் ஒதுக்கப்பட்டிருந்தது. அவனோடு, அவளையும் அழைத்துப் போக வேண்டும். இரண்டு பேருக்கும் அன்றுதான் நேர்முகத் தேர்வு இருந்தது.

அவனுக்கு ஆதி என அழகான பெயரும், அவளுக்கு மேகா என மெலிதான பெயரும் இருந்தன.

அது ஒரு வைகாசி மாத பௌர்ணமி இரவு. கண்ணாடிகள் பொருத்தப்பட்ட சன்னல்கள் நிரம்பிய அறையை மேகாவைச் சந்திப்பதற்காகத் தேர்ந்தெடுத்திருந்தான் ஆதி.

ஏற்கனவே இருமுறை பொதுஇடத்தில் சந்திந்திருந்தார்கள். இருவருக்கும் பரஸ்பரம் பிடித்திருந்ததால் இறுதியாக ஒரு முடிவை எடுப்பதற்காக இந்த தனிமை இரவை அவன் ஏற்பாடு செய்திருந்தான்.

எத்தனை வண்ண விளக்குகள் இருந்தாலும், நிலவின் வெளிச்சத்தில் ஒரு பெண் தரும் அழகு பெரும் போதை.

அதுவும் ஒதுக்கப்பட்ட திரைச்சீலைகளின் நடுவே, கண்ணாடி சன்னல் வழியே பால் நிலவொளியின் கதிர்கள் விழுந்து பெண் உடலின் களைக்கப்பட்ட பாகங்களில் காமத்தைத் தூண்டுவதெல்லாம் உச்சக்கட்ட ரசனை.

அத்தனை அழகையும் அப்படியே சிறிது சிறிதாக விழுங்கிக் கொண்டிருந்தார்கள் ஆதியும் மேகாவும்.

நிலவின் வெளிச்சத்தினூடே விரல்களால் பாகம் குறித்துக் கொண்டிருந்த ஆதியிடம், "என்னை ஏன் பிடித்திருக்கிறது ஆதி? என் அழகா? நான் திறமையானவள் என்பதாலா?" எனக் கேட்டாள் மேகா.

"ஆம். இவையெல்லாமும் காரணங்கள்தான். எல்லாவற்றையும் விட என்னில் நான் பிறந்ததிலிருந்து நிரப்பப்படாத பாகம் ஒன்று இருக்கிறது. அது அதன் மீதி பாகத்தைத் தேடிக்கொண்டே இருந்தது. உன்னைப் பார்த்த நொடியே கொஞ்சம் தீர்மானித்துவிட்டேன் நீ என்னவளாய்தான் இருப்பாய் என. நேற்றிரவு அந்தப் பாகம் முழுமையை எட்டிவிட்டது..." என்றான் ஆதி.

சில நொடிகள் மௌனத்திற்குப் பிறகு மீண்டும் தொடர்ந்தான்.

"மேகாக்குட்டி, நான் உன்னை இப்படி அழைக்கலாம் இல்லையா! மேகாக்குட்டி நீ எனக்காகப் பிறந்தவள். ஆனால், சிரிப்பாக வருகிறது. கிட்டத்தட்ட 2020 ல் இப்படித்தான் ஆண்களும், பெண்களும் கொஞ்சிக் கொண்டிருந்திருக்கிறார்களாம். நிறைய நூல்களில் படித்திருக்கிறேன். ஆனால், நானே இப்படி ஆவேன் என நினைக்கவில்லை. இது உண்மை மேகா. உனது அருகாமை எனக்கு வேண்டும், உனது அணைப்பு, உனது அங்கங்கள், உனது முழுமையும் எனக்கு வேண்டும்... கிட்டதட்ட 100 வருடங்கள் கழித்து, இத்தனை மாற்றங்கள் வந்த பிறகும், நான் பழமைவாதி போல் அதே முறையில் உன்னை நேசிக்கிறேன். உனக்கு சலிப்பாக இருக்கிறதா எனது செயல்கள்? சட்டென்று பார்த்து, சலனமடைந்து, உறவு கொண்டு, மீண்டுவிடும் இக்காலத்தில் உன்னை அணுஅணுவாக ரசித்து நேசங்கொண்டு மெதுவாய் ஆட்கொள்வது அலுப்பூட்டுகிறதா மேகா? அந்தக் காலத்திலெல்லாம் காதல் என்று ஒரு உணர்வு இருந்ததாம்,

அந்த உணர்வு ஏற்படும் ஆண் பெண்ணுக்குள் அப்படி ஒரு புரிதலும் அன்பு என்ற ஒன்றும் பரிமாறப்பட்டதாம். தொலைவிலிருந்த ஆணும், தொலைவிலிருந்த பெண்ணும் பார்த்துக்கொண்டாலே மின்சாரம் போன்ற உணர்வு பற்றிக் கொள்ளுமாம். இப்போது அதெல்லாம் ஹார்மோன் மாற்றங்கள் என எளிதாகப் புரிந்துகொள்ளப்பட்டாலும், உன்னை இரண்டாவது தடவை கடற்கரையில் பார்த்தபொழுது,

ஒரு பார்வை பார்த்தாயே! சத்தியமாய் என்னுள் மின்சாரம் பாய்ந்தது மேகா... என்னை நம்புகிறாயா? இதெல்லாம் உனக்குப் பழமையாகத் தோன்றுகிறதா?"

"இல்லை ஆதி. நீ சொல்வது உண்மை. நானும் இந்தக் கட்டுப்பாடுகள், இயந்திரத்தனமான வாழ்க்கையை வெறுக்கிறேன். உனது நேசம் எனக்கும் பிடித்திருக்கிறது. ஆனால், சடாரென நான் ஆண்களை நம்பிவிடுவதில்லை, அவர்கள் சுயநலக்காரர்கள், காமத்தின் உச்சத்தில் இருக்கும்போது உளறுவார்கள். பின் வேலை முடிந்ததும் அனைத்தையும் மறந்து விடுவார்கள் எனக் கேள்விப்பட்டிருக்கிறேன்..."

மேகா கூறிக்கொண்டு இருக்கும்போதே, "ஏழு மணி முப்பது நிமிடங்கள். நீங்கள் வெளியே செல்வதற்குத் தயாராக வேண்டும்" எனப் பதிவு செய்யப்பட்ட பெண்குரல் கேட்டது.

அந்தக் குரல் பத்ராவினுடையது.

பத்ரா அந்த உலகத்தின் அனைத்தையும் கட்டுப்பாட்டுக்குள் வைத்திருப்பவள்/ன். அதன் மூளை, 'Artificial Intelligence' சுருக்கமாக, 'AI' யால் செயல்படுகிறது. தமிழில் செயற்கை நுண்ணறிவு.

இந்த உலகில் அனைத்துமே பத்ரா தலைமையில்தான். இதுவரை உலகில் ஏற்பட்ட மாற்றங்கள், நல்ல மாற்றங்கள், கெட்ட மாற்றங்கள், புயல்கள், சுனாமி, வெள்ளம், தட்பவெப்ப மாறுதல், காட்டுத் தீ ஆகிய சின்னச் சின்ன நிகழ்வுகள் கூட தேர்ந்த பொறியியல் வல்லுநர்களால் கோடிங் மூலம் அதில் தகவல்களாகப் பதியப்பட்டுள்ளது.

அது மட்டும் அல்லாமல் மனிதர்களின் நிறம், கண்கள், வேலை செய்யும் திறன், அவர்களின் ஜீன் அமைப்பு, உடல் திறன், சூழ்நிலைக்கு தகவமைக்கும் தன்மை, ஆரோக்கியமான சிசுவைச் சுமக்கும் கருப்பை, நல்ல ஆரோக்கியமான குழந்தையை, அறிவான குழந்தையை உருவாக்கும் விந்து என அனைத்து தகவல்களும் அதில் பதியப்பட்டிருக்கும்.

"ஓ! நீ உனது Al–க்கு பெண்குரல் பொருத்தி வைத்திருக்கிறாயா? என்னுடைய வீட்டில் ஆண்குரல் பொருத்தி வைத்திருக்கிறேன். பெயர் கூட நீல். உனது AI பெயர் என்ன? அது மிகவும் அவசியமாகிற்றே..." என வினவினாள் மேகா.

'பத்ரா' என்ற ஆதி உடனே கிளம்பு மேகா, உடைகளை அணிந்துகொள். நமக்கு கீழ்தளத்தில் சாப்பாடு வந்து விட்டதாம் பத்ராவிடமிருந்து தகவல் வந்துவிட்டது..

இன்றைய மெனு கேழ்வரகு புட்டும், வாழைப்பழமும், இரண்டு துண்டுகள் மீனும், மொத்தமாக இந்த ஊருக்கே உணவு சமைக்கும் இடத்திலிருந்து வந்துவிட்டது..

"வா மிகவும் பசிக்கிறது என்றான் ஆதி" இருவரும் உண்டு முடித்து கிளம்பி வாசலுக்கு வந்ததும் கதவு தானாக மூடிக்கொண்டது..

அவர்களை அழைத்து செல்ல பேருந்து வந்தது.. இவர்களைப் போலவே நிறைய அலுவலகங்களில் நேரம் ஒதுக்கப் பட்டவர்கள் அந்தப் பேருந்தில் நிறைந்திருந்தனர்...

இரண்டு பக்கங்களிலும் அத்தனை பசுமையாக, அவ்வளவு அழகாக பராமரிக்கப்பட்டிருந்தது ஊர்.. சிறிது தூரம் சென்றதுமே வயல்கள் செழித்து அறுவடைக்கு தயாரான நிலையில் பொன்னிறமாய் நெற்கதிர்கள்...

ஊரே மாசில்லாமல் சுத்தமாக பராமரிக்கப்பட்டிருந்தது. ஆங்காங்கே ரோபோக்களும், மனிதர்களுமாய் கலந்து வேலை செய்து கொண்டிருந்தனர்...

அடிக்கடி அநாவசியமாக எல்லாம் வெளியே வர முடியாது..

மருத்துவ அவசரம், பிரசவம், விபத்துகள் தவிர 'பத்ரா' யாரையும் வெளியே அனுமதிப்பதில்லை...

சட்டென ஒரு பெரிய கோபுரம் வைத்த அமைப்பு முன்னாடி பேருந்து நின்றதும், அங்கே குட்டி குட்டியாய் ஹெலிகாப்டர்கள் மாதிரியான பறக்கும் பேருந்துகள் நின்று கொண்டிருந்தன...

தரையில் அதிகமாக போக்குவரத்து குறைக்கப்பட்டு வான் வழியாகத்தான் கொஞ்சம் பெரிய தொலைவுகள் கடக்கப்பட்டன. அதுவும் தேவை இல்லாமல் பயணிப்பது சட்டப்படி குற்றம்... அனைத்துமே ஒரு ஒழுங்கின் கீழ் கடுமையான தண்டனைகள் வழக்கப்பட்டு பத்ராவால் ஒழுங்கு படுத்தப்பட்டுருந்தது...

அங்கே இருவரது பெயரும், ஆதார் எண்களும் சரிபார்க்கப் பட்டபின் ஆதியும், மேகாவும் ஏறிக்கொண்டார்கள்...

சீட் பெல்ட் அணிந்து சன்னல் ஓரமாக அமர்ந்த மேகா ஆதியின் கையைப் பிடித்து இறுக்கிக் கொண்டாள்.

"உனக்குத் தெரியுமா ஆதி ஏன் இங்கே கோபுரம் வைத்திருக்காங்க?"

"ம்ம்ம். அப்பொழுதெல்லாம் இதன் பெயர் கோவிலாம்.. இங்கு மனிதர்கள் கூடி தியானம் செய்வார்களாம். இப்பொழுது ஊரிலேயே அது தான் பெரிய இடமாக இருப்பதால் விமான ஓடுதளமாக உபயோகப்படுத்துகிறார்கள்" என்றான்.

"ஆபிசர் கேட்கும் கேள்விகளுக்கு உனக்கு தோன்றியதை நீ சொல்லலாம் மேகா,

உனக்கு பிடித்தது, பிரியமானது, உனது விருப்பம் தான் எனதும்..

என் வாழ்க்கையை உன் வாழ்கையோடு இணைத்துக் கொள்ள நான் பிரியப்படுகிறேன்... உன்னை மணந்து கொள்ள உன்னை மாதிரி ஒரு பெண்குழந்தை பெற்றுக்கொள்ள ஆசைப்படுகிறேன்...

உனக்கும் சம்மதம் எனக்கூறிவிட்டாய் இருப்பினும் உனது விருப்பத்தை நீ மாற்றிக் கொள்ளலாம். உனக்கு ஆபிசரை சந்திக்கும் வரை நேரம் இருக்கிறது..

நான் உன் வாழ்க்கைக்கு வர விருப்பமா உனக்கு?"

சற்று நேரம் அவனையே உற்றுப்பார்த்த மேகா, என்னை உனக்கு இன்னுமா புரியவில்லை என்று தன்னை மறந்து சிரித்தாள்.

அப்படியே அவளை அணைத்துக் கொண்டான் ஆதி.

"அத்தனை அழகியது உனது சிரிப்பு, மேகாக்குட்டி" என அவளை உச்சி முகர்ந்தான்..

ஆபிசர் அழைப்பதாகத் தகவல் வர இருவரும் உள்ளே சென்றார்கள்.

ஆபிசர் அவரை முறையாக அறிமுகப்படுத்திக் கொண்டு, கேள்வி நேரத்தை தொடங்கினார்.

"மிஸ்டர் ஆதி நீங்கள் மின்சாரத்துறையில் இளநிலை பொறியாளராக வேலைப் பார்க்கிறீர்கள் அப்படித்தானே!"

"ஆம் சார்..."

“மிஸ், மேகா நீங்கள் தோட்டக்கலையில் இளநிலைப் பொறியாளர். உங்கள் இருவரின் தகவலும் 'AI' மூலம் சரிபார்க்கபட்டு என்னிடம் வந்தாயிற்று. நீங்கள் இருவரும் திருமணம் செய்துகொள்ள ஆசைப்படுகிறீர்கள். அதற்கான விதிமுறைகளை உங்களிடம் விளக்கிச் சொல்வது எனக்கு வழங்கப்பட்டுள்ள ஆணை. உங்களுக்கு இவையெல்லாம் தெரிந்திருக்கலாம் எனினும் மீண்டும் இதை நான் சொல்லியே ஆகவேண்டும். உங்களுக்கு எந்த சந்தேகம் இருந்தாலும் கேட்கலாம்! அதை விளக்குவதே என் பணி” என்ற ஆபிசர் இளமாநிறத்தில் களையாக இருந்தார்.

“எங்களுக்கான நேர் ஆய்வே அதற்காகத்தானே! சொல்லுங்கள் சார்” என்றாள் மேகா.

“சரி சொல்கிறேன், நீங்கள் இருவரும் திருமணம் செய்துகொள்ளச் சம்மதித்தால் உங்கள் இருவரின் பெற்றோரிடமிருந்து முதலில் நீங்கள் வெளிவர வேண்டும். உங்களுக்கு ஒரு வீடு வழங்கப்படும். இந்த நாட்டில் உள்ள எல்லா வீடுகளும், அவற்றின் வசதிகளும் ஒரே மாதிரியானவைதான். அனைத்துமே தரத்திலும், வசதியிலும் சிறந்தவை. அதனால் வீடு வழங்குதலில் யாருக்கும் எந்தப் பாகுப்பாடும் கிடையாது. வீட்டின் முகப்பில் செயற்கை நுண்ணறிவுக் கருவி, அதாவது ஆர்டிபீசியல் இன்டெலிஜென்ஸ் என்றழைக்கப்படும் கருவி உங்களுக்கான வீட்டில் பொருத்தப்பட்டுவிடும். அந்த நொடியிலிருந்து உங்களுடைய அனைத்து செயல்களும் AIஆல் தொடந்து கண்காணிக்கப்பட்டு, பதிவு செய்யப்பட்டுக்கொண்டே இருக்கும்.

உங்களுடைய உடல் வெப்பநிலை, உடல்நலச் சீர்கேடு, பெண்களுக்கு மாதவிலக்கு, எப்பொழுது கரு முட்டைகள் கரு உருவாகத் தயாராகின்றன, கர்ப்பம் தரிக்க எந்த நாளில் உடலுறவு வைத்துக் கொள்ளலாம், கர்ப்பம் தேவையில்லையெனில் எந்த நாட்களைத் தவிர்க்கலாம் என எல்லாமே உங்களுக்கு 'AI'ஆல் குரல் பதிவாகத் தெரிவிக்கப்பட்டுவிடும்”

“இதெல்லாம் பரவாயில்லை சார். ஆனால், படுக்கை அறையில் கண்காணிப்பு தேவையா?” என்றாள் மேகா.

“மிக அவசியம். மனிதன் எப்பொழுதுமே தன் ஒழுக்கத்தை விட, மற்றவர்கள் கவனிக்கிறார்களே என ஒழுக்கத்துக்கு முக்கியத்துவம் கொடுப்பவன். அவனது ஜீனில் அவ்வாறுதான்

பதியப்பட்டிருக்கிறது. படுக்கை அறையில் உணர்வுகளின் உச்சத்தில் அவன் பெண்ணை துன்புறுத்திவிடக் கூடும். அதைத் தவிர்ப்பதற்காகத்தான் இந்தக் கண்காணிப்பு. இதற்காக நீங்கள் உங்கள் சந்தோஷத்தின் உச்சத்தைக் குறைத்துக் கொள்ள வேண்டியது இல்லை. உடலுறவில் வன்முறையின் அளவு AIல் பல்லாயிரக்கணக்கான வருடங்களாகக் கண்காணிக்கப்பட்டுப் பதியப்பட்டுள்ளது. அதை மீறினால் எச்சரிக்கப்படுவீர்கள். அதைப் பொருட்படுத்த வில்லையெனில் உடனடியாக யார் வன்முறையில் ஈடுபட்டார்களோ அவர்கள் கைது செய்யப்படுவர். கடுமையாக தண்டிக்கப்படுவர்.

இங்கு ஆண், பெண்மட்டும் தான் பிரிவு. நிறத்தை வைத்தோ, செய்யும் தொழிலை வைத்தோ பிரிவுகள் கிடையாது. ஆண், பெண் பிரிவு ஏனென்றால் எப்பொழுதுமே ஆணை விட பெண் சக்தி அளவும், உடல் அளவும் வேறு என்பதால்தான். மற்றபடி பெண்களுக்கு பிரசவம், மாதவிலக்கு சமயங்களில் சிறிது சலுகைகள் உண்டு. மேகா! உனக்குத் தெரிந்ததுதான். ஒரு ஊரில் அனைவருக்கும் பொதுவாக ஓரிடத்தில் மட்டுமே உணவு தயாரித்து வழங்கப்படும். அதுவும் ரேஷன் முறையில்... உணவை அநாவசியமாக வீணாக்குவதோ, கண்டதைச் சாப்பிட்டு உடலை சிதைப்பதோ, கட்டாயமாகக் கூடாது. முதியோர்களுக்கும், சிறுவர்களுக்கும், கர்ப்பிணிகளுக்கும், சில சலுகைகள் உண்டு. அதை வீட்டிலிருக்கும் 'AI' கண்காணித்து தெரியப்படுத்திவிடும். உடலைக் கட்டுக்கோப்பாக வைத்துக்கொள்ள தினமும் உடற்பயிற்சி செய்தே ஆக வேண்டும். இது கட்டளை" என ஆபிசர் சொல்லிக் கொண்டிருக்கும்போது, அவரிடமிருந்து, "எனர்ஜி லெவல் குறைந்து கொண்டே வருகிறது சார்ஜ் செய்யவும்" என AI ன் அலர்ட் ஒலி கேட்டது.

உடனே சட்டென ஆபிசர், "மன்னியுங்கள். சார்ஜ் போட்டுவிட்டு வந்து விடுகிறேன்" எனக் கையை அங்கிருக்கும் ஸ்விட்ச் போர்டில் நுழைத்து அமைதி நிலைக்கு மாறினார்.

உடனே அங்கிருக்கும் இன்னொரு AI, "இருவருக்கும் ஏற்பட்ட சிரமத்திற்கு மன்னிக்கவும், உங்களுக்கு பத்து நிமிடங்கள் வெளியே உலவி வர வாய்ப்பு உள்ளது. விருப்பப்பட்டால் தேநீர் அருந்த அனுமதிக்கப்படுகிறீர்கள்" எனக் குரல் எழுப்பியது.

உடனே இருவரும் பின் பக்கமாக வெளியே வந்தனர். அது ஒரு அழகான பூங்கா மாதிரியான சின்னத் தோட்டம்.

"கடைசியா ஆபிசரும் ரோபோதானா? யார் மனிதன்? யார் ரோபோ எனக் கூடத் தெரியாத அளவுக்கு எப்படி வடிவமைத்திருக்கிறார்கள் பார் ஆதி! என்ன இவர்கள்? சார்ஜ் கூடவா போட்டு வைக்கமாட்டார்கள்? கட்டுப்பாடு, விதிகளைப் பற்றி மட்டும் வகுப்பு எடுக்கிறார்கள்..." என சலித்துக்கொண்டாள் மேகா.

சலித்துக்கொள்வது பெண்களுக்கு கூடவே இருக்கும் குணம் போல என மனதிலேயே நினைத்துக் கொண்டான் ஆதி!

"இங்கே வா! இந்தச் சூழலைப் பார்! உன்னுடன் நான் வெளியில் வந்திருக்கிறேன், முதல் முறையாக. அதில் தனித்திருக்க அருமையான வாய்ப்பு கிடைத்திருக்கிறது. அதை அனுபவிப்போம் சரியா?" என்றவனின் இதழை அப்படியே கவ்வினாள் மேகா.

பெண்ணைத் தூண்டிவிடுதல்தான் சிரமம். அதைச் செய்துவிட்டால் விளக்கெனப் பிரகாசமாய் ஒளிர்வாள்.

ஒரு தொடுதலோ, மெல்லிய அணைப்போ, சின்ன சொல்லோ, ஏன் சின்ன சிரிப்பாகவோ கூட இருக்கலாம் அவளைப் பற்றியெறியச் செய்வது. கவனம் முழுக்க குவித்து செய்யப்படும் வேலை, அதை ஒழுங்காகச் செய்துவிட்டால் ஒரு முழுமையான தியானம் செய்த பலனை உடைய கலவி கிடைக்கும்.

நேரம் கிடைக்கும் பொழுதெல்லாம் அவளை எப்படித் தூண்டிவிடலாம் எனக் கற்கத் தொடங்கியிருந்தான் ஆதி.

நெருப்பை எரியவிட்டு அதில் குளிர் காய்ந்து கொண்டிருந்தான்.

"இது பொதுவான மனிதர்கள், சில நேரங்களில் குழந்தைகள் கூட வரும் இடம். கவனம்..." எனப் பதிவு செய்யப்பட்ட குரல் கேட்டதும் சட்டென சுதாரித்து விலகினார்கள் இருவரும்.

காதலில் மட்டும்தான் இடம், பொருள், கவனம் இழக்கிறார்கள் மனிதர்கள்.

அங்கிருந்த டேபிளில் அமர்ந்துகொண்டு தேநீரை AIயிடம் ஆர்டர் செய்தார்கள்.

“சரி சொல் ஆதி, உன்னுடைய AIக்கு ஏன் பத்ரா எனப் பெயரிட்டாய்?”

“மேகாக்குட்டி, நான் வரலாறுகளை நேசிப்பவன். எனக்கு வாரத்தில் ஒதுக்கப்படும் நான்கு மணிநேரத்தில் எனக்கு விருப்பானதைச் செய்யலாம் அல்லவா! எனக்குப் படிப்பதுதான் விருப்பமானது. நாள் முழுவதும் படிக்கச் சொன்னாலும் அலுப்பில்லாமல் என்னால் செய்ய முடியும். இப்பொழுது புதிதாக உன்னையும்...!

அப்படிப் படித்த ஒரு நூலில் மிக அன்பான, ஆனால், கோபம் வந்தால் அனைத்தையும் அழிக்க கூடிய ஒரு பெண் கதாபாத்திரத்தின் பெயர் பத்ரா. இதை காளி என்ற கடவுளின் அவதாரம் எனவும் சொல்லலாம். இதனால் ஆக்கவும் முடியும், அழிக்கவும் முடியும் எனப் படித்தேன். பெண்கள் அனைவரும் அப்படித்தான். ஒரு பெண்ணை தேவதையாய் உணரச் செய்தால் அவளால் அத்தகைய குணங்களோடு இருக்க முடியும். அவளை காளியாய் கோபப்படுத்தினால் அப்படித்தான் இருப்பாள். எல்லாமே நம்மிடம்தான் உள்ளது. எதைக் கொடுக்கிறோமோ அதைப் பெறலாம்” என்றான் ஆதி.

“என்னை எவ்வாறு நடத்துவாய் ஆதி? உன்னுள் பாதியாய் வாழ சம்மதித்துவிட்டேன். என்னிடம் கோபம் கொள்வாயா?”

“நீ திட்டினால் நானும் திட்டுவேன். நீ கோபித்தால் நானும் கோபிப்பேன். ஆனால், நான் கோபிக்கும்போது மட்டும் நீ சற்று நிதானமாக நடந்து கொள். தயவுசெய்து என்னிடம் தவறான வார்த்தைகளை வீசிவிடாதே. உன்னைப் பிரிந்தால் உன்னை விட அதிகம் வருத்தபடப் போவது நான்தான். கோபம் குறைந்ததும் உன்னைத் தேடித்தான் வருவேன். புரிந்ததா அது என் இயல்பு” என்ற மேகாவை நெஞ்சோடு அணைத்துக் கொண்டான் ஆதி.

“சரி, நமக்கு வீடு ஒதுக்கப்பட்டுவிட்டால் நமது AIக்கும் அதே பெயரை வைத்துக் கொள்ளலாம். எனக்கும் பிடித்திருக்கிறது” என்றாள் மேகா.

அப்பொழுது இயந்திரக் கைகளால் தேநீர் பரிமாறப்பட இருவரும் பருகி முடிக்கவும் ஆபிசரிடம் இருந்து அழைப்பு வரவும் சரியாக இருந்தது.

"சாப்பாடு பற்றித்தானே பேசிக்கொண்டிருந்தோம்? இதுவரை நான் உங்களுக்கு விளக்கியதில் ஏதாவது சந்தேகம் இருந்தால் கேட்கலாம் என்றார் ஆபிசர்"

"ஒன்றுமில்லை தொடரலாம்" என்றார்கள் இருவரும்.

"அடுத்து நீங்கள் திருமணம் முடித்ததும் குழந்தை பெற்றுக்கொள்வது உங்கள் விருப்பம். இரண்டு குழந்தைகள் பெற்றுக் கொள்ளலாம். ஆனால், குழந்தை பிறந்தவுடன் அதற்குத் திருமணமாகும் வரை உங்களோடு ஒரு குடும்ப அமைப்பாகத்தான் இருக்க வேண்டும். இடையில் நீங்கள் விவாகரத்து வாங்க விரும்பினால் அதற்கான காரணங்கள் முறையாக இருக்க வேண்டும். ஏனெனில் உங்களுக்குத் திருமண வயது வந்தவுடனேயே உங்களது உடற்தகுதி, குணம், உங்களுக்குப் பிடித்த வடிவம் ஆகியன AI ல் பதிவாகி இருப்பதால் அதற்குத் தகுதியான பெண்களின் பயோடேட்டாதான் உங்களது பெற்றோருக்கு அனுப்பி வைக்கப்படுகிறது. அதிலிருந்துதான் நீங்கள் உங்களது பெண்ணைத் தேர்ந்தெடுத்து, பழகி முடிவு செய்கிறீர்கள். அதனால் விவாகரத்துக்கு எந்த அவசியமும் ஏற்படாது. ஒருவேளை உயிரிழப்புகள் ஏற்படின் மறுமணம் பற்றிய ஆவணங்கள் ஏற்றுக் கொள்ளப்படும். இதையெல்லாம் மீறி உங்களுக்கு விவாகரத்து செய்யத் தோன்றினால், இருவரும் வாரத்தில் நான்கு நாட்கள் குழந்தையோடுதான் இருக்க வேண்டும்.

குழந்தைக்கு ஆறு வயதுக்கு அப்பறம் கட்டாயமாக கல்வி கற்கும் இடத்தில் உள்ள விடுதியில் குழந்தைகள் மூன்று நாட்கள் தங்க வேண்டி வரும். அப்பொழுது வேண்டு மானால் நீங்கள் உங்கள் மற்ற இணைகளைச் சந்தித்துக் கொள்ளலாம். குழந்தைகளுக்கு குறிப்பிட்ட வயது வரை இந்த விசயம் தெரியக்கூடாது. அவர்களுடைய மனநிலை பாதிக்கப்படுவதை AI அறவே விரும்புவதில்லை. இதை மீறினால் கடுமையான தண்டனை உண்டு" என்றார் ஆபிசர்.

"இல்லை, இல்லை. நாங்கள் அப்படிச் செய்ய மாட்டோம்" என்றாள் மேகா.

"எல்லாரும் ஆரம்பத்தில் அப்படித்தான் சொல்வார்கள் போகப் போகத்தான் நிஜங்கள் வேறு மாதிரி இருக்கும்"

தேவிலிங்கம்

என்ற ஆபிசரை அமைதியாகப் பார்த்துக் கொண்டிருந்தனர் ஆதியும் மேகாவும்.

"அப்புறம் குழந்தைகளின் வளரும் திறன், அறிவுத் திறன், பேச்சுத் திறன் கற்கும் திறன், ஆளுமைத் திறன் அவர்களது பிறப்பிலிருந்தே கண்காணிக்கப்படும். அதற்கேற்ற மாதிரியான படிப்பை AI அவர்களுக்குப் பரிந்துரைக்கும். இங்கு ஆசிரியப் பணி, விவசாயம், மருத்துவம் அனைத்திற்குமே ஒரே சம்பளம்தான். அதில் சிறிதளவும் வித்தியாசம் இல்லை. அவர்களுடைய உடற்தகுதி, மூளையின் தகுதியை வைத்து மட்டுமே இது பாகுபடுத்தப்படும். ஆண்கள், பெண்கள் அனைவரும் அவரவர் தகுதிக்கேற்ப வேலை செய்தே ஆகவேண்டும்.

சாலை போடும் வேலைகள், விவசாய வேலைகள், துப்புறவு அனைத்திற்குமே இயந்திரங்கள் உண்டு. திருமணம் ஆன நொடியிலிருந்து நீங்கள் தனிக் குடும்பமாக அறிவிக்கப்பட்டுவிடுவீர்கள். என்ன, உங்கள் இருவருக்கும் புரிந்ததா" என்று வினவினார் ஆபிசர்.

"ரொம்ப நன்றி சார். எல்லாம் எங்களுக்குத் தெரிந்ததுதான். இருந்தாலும் நீங்கள் தெளிவாக விளக்கியதற்கு நன்றி. இந்த அரசாங்கத்தில் யார் முதலமைச்சர் என்பது மட்டும்தான் எங்களுக்குத் தெரியும். அது இந்த நாட்டில் உள்ள ஒட்டு மொத்த AI களின் முடிவு. யாரைத் தேர்ந்தெடுப்பது என்பது ஆளுமைத் திறன் மற்றும் நேர்மை மூலமே முடிவெடுக்கப்படும். நாங்கள் அவர் பேரை மட்டும் தான் அறிவோம். மத்தபடி அனைத்து மக்களையும் ஒழுங்கோடும், கட்டுப்பாடோடும் வைத்திருப்பது 'AI'கள் தான். அவற்றை எங்கள் வீட்டில் பொருத்தினால் மட்டுமே என் குடும்பம், நான் குடும்பத் தலைவன், இவள் தலைவி என்கிற அங்கீகாரத்துக்குள் நாங்கள் வருவோம். நாங்கள் இரு குழந்தைகளைப் பெற்றுக்கொள்வோம். அவர்களை சிறந்த குடிமக்களாக உருவாக்குவோம். அளை என்றால் குகை என்ற பழங்கால வீட்டு அமைப்பின் பெயர். அந்த அளை என்ற பெயரைத்தான் எங்கள் வீட்டுக்குச் சூட்டப் போகிறோம்" என்றான் ஆதி.

"ஆமாம் இதை ஆமோதிக்கிறேன்" என்றாள் மேகா.

அதே மாதிரியான வைகாசி மாதம், பௌர்ணமி நிலவொளியில் ஆதிக்கு முதுகைக் காட்டியவாறு படுத்திருந்தாள் மேகா.

"திரும்பிப்படு மேகா. என் நெஞ்சில் சாய்ந்து கொள்" என்ற ஆதியிடம்,

"முடியல ஆதி. பாரு உன் குழந்தை வயித்துல பெருசாகிட்டு, திரும்பிப் படுத்தா வயித்துல இடிக்குது" என்ற மேகாவின் வயிறு பக்கவாட்டு வெளிச்சத்தில் பெரிதாகத் தெரிந்தது.

"இன்றிரவு பன்னிரண்டு மணி இருபது நொடிக்கு மேகாவிற்கு பிரசவ வலி ஏற்படும். தயாராகுங்கள்" என்று ஒலி எழுப்பியது, 'நீல் பத்ரா' என்ற Artificial Intelligence.

அராவி

தை மாதம் முழுவதும் தரைப்பனி பூமியைப் போர்த்தியிருந்தது. போர்வைக்குள் இருந்த தலையை வெளியே நீட்டி கண்ணாடியில் முழுவதுமாய்ப் படர்ந்திருந்த பனியில் விரல்களால், 'ஆரா' என எழுத வேண்டும் போல் தோன்றியது பிரித்வி மனோகரனுக்கு.

ஆரா பிரித்வியின் காதலி. தற்பொழுது அவனோடு ஒரே போர்வைக்குள் அவன் மார்பு மீது தூங்கிக் கொண்டிருக்கிறாள்.

அவனுக்கு வேலைக்குப் புறப்பட நேரமாகிவிட்டதை மொபைல் ரிங்டோன் அடித்து நினைவுபடுத்தியது. அப்படியே அவளை அலுங்காமல் அள்ளி நகர்த்தி வைத்தவன், குனிந்து அவள் நெற்றியில் முத்தமிட்டான்.

அப்படியே கழுத்தைக் கட்டி இழுத்தாள் ஆரா.

"சொல் பிரித்வி. என் மேல் இவ்வளவு காதலாய் இருக்கிறாய், என்னால் அதை உன்னுடன் இருக்கும் ஒவ்வொரு நொடியும் உணர முடிகிறது. ஏன் திருமணம் மட்டும் வேண்டாம் என்கிறாய்? குழந்தை வேண்டாம் என்கிறாய்? உனக்கு என்னைஜீ பிடிக்கவில்லையா? என் மீது அன்பில்லையா?" என்றாள்.

இதைக் கேட்டு சத்தமாகச் சிரித்தான் பிரித்வி. "இந்தப் பெண்களே இப்படித்தான். எவ்வளவு அன்பாக இருந்தாலும் அதை வெளிப்படுத்திக்கொண்டே இருக்க வேண்டும் என

நினைப்பார்கள். சொல் என்னிடம்... என் அன்பை ஒரு நிமிடம் கூட உணரவில்லையா நீ?" என ஆராவைப் பார்த்துக் கேட்டான்.

"கேள். இன்று உன்னிடம் என்னை முழுதும் வெளிப்படுத்த வேண்டும் போல் உள்ளது. என் வேலை உனக்குத் தெரிந்ததுதான், கடவுள் துகள் என்று அழைக்கப்படுகிற ஹிக்ஸ் போசான் என்கிற உயிர் அண்டம், பிரபஞ்சம் உருவாக அடிப்படையாக இருக்கிறது என நம்பப்படுகிற ஒரு அணுத்துகளின் அடிப்படைத் துகள் பற்றிய ஆராய்ச்சியில் முக்கியமான மாணவன் நான். எனது ஆராய்ச்சி போக அனைத்து நேரங்களும் உனக்கானதுதானே ஆரா? அன்பைத் தருபவர்களுக்கு அவர்களுக்கான நேரத்தைத் தருவதை விட பெரிதாய் வேறென்ன செய்து விட முடியும்? ஆனால், அதை உனக்குத் தருவதில்தான் பிரச்சனை. என் மனதில் முழுவதும் நிறைந்தவள் நீ. என் கண்ணம்மா...நான் ஆராய்ச்சியில் மூழ்கிக் கிடப்பவன். எனக்கு அதைத் தவிர வாழ்வில் வேறு எதுவுமே தெரியாது.

சாதாரண கணவனாக, ஒரு அப்பாவாக எப்படி நடந்து கொள்வது எனத் தெரியாது. நீ மனிதர்களின் மனநிலை பற்றிய ஆராய்ச்சியில் இருப்பவள். எப்படியோ உன்னிடம் நான் ஈர்க்கப்பட்டேன். இந்த நொடி முழுமையாக வாழ்ந்து கொண்டிருக்கிறேன். எனது பூரணம் நீ. இனி உனது வாழ்விற்காக நீ யாரை வேண்டுமானாலும் உனக்கு விருப்பம் இருந்தால் மணந்து கொள்ளலாம். எனக்கு எந்த வருத்தமும் இருக்காது. உனது அன்பை முழுவதும் உணர்ந்துவிட்டேன்" என்றவனை அப்படியே அணைத்து,

"இதை ஆயிரம் தடவை சொல்லியிருப்பாய் பிரித்வி. ஆனாலும் உன் வாயால் இதைக் கேட்பது என்பது ஒரு ஆழ் போதை" என்றாள் ஆரா. பின் கடமை அழைக்க அவரவர் வேலைக்கு ஆயத்தமானார்கள்.

அன்று ஆராய்ச்சிக் கூடத்திற்கு வந்த பிரித்விக்கு வழக்கமான பரிசோதனைகள் நடத்தப்பட்டன. இது முக்கியமான ஆராய்ச்சி என்பதால் அதற்கான பாதுகாப்பும் மிக அவசியம். உடல் ஆரோக்கியத்திற்கு மிகுந்த முக்கியத்துவம் கொடுக்கப்படும். அனைத்தும் இயல்பாக இருப்பதாக முடிவு வந்ததும் ஆராய்ச்சிக் கூடத்திற்கு உள்ளே அனுமதிக்கப்பட்டான் பிரித்வி.

இன்னும் இரண்டு நாட்கள் அவனுக்கு இந்த அறை மட்டுமே உலகம். வெளி உலகத்தோடு அனைத்து தொடர்புகளும் துண்டிக்கப்பட்டு விடும். பூமிக்கு மிக ஆழத்தில், மலையைக் குடைந்து இந்த ஆராய்ச்சிக் கூடத்தை உருவாக்கி இருந்தார்கள்.

இரண்டு ஒளிக்கற்றைகளை வேகமாக, மிக மிக வேகமாக மோதவிட்டு அதனால் ஏற்படும் விளைவுகளையும், வெளிப்படும் துகள்களையும் கவனித்து குறித்துக்கொள்ள வேண்டும்.

மிக அதிகமான பொறுமையும், கவனமுமாய், தனது வேலையைத் தொடங்கினான் பிரித்வி.

இரண்டு மணி நேரம் சென்றிருக்கும். விளைவுகளைப் பதிவு செய்து கொண்டிருந்த வரைபட இயந்திரத்தில் வழக்கமாக வரும் ஒலியிலிருந்து சில மாறுபட்ட ஒலிகள் வரத் தொடங்கின.

எழுந்து ஆராய்ச்சி நடக்கும் எந்திரத்தின் அருகே போனவனுக்கு ஏதோ வித்தியாசமாக மனதிற்குப் பட அந்த இயந்திரத்தின் பக்கவாட்டு வால்வுகளை சரி செய்யும்போது திடீரென ஒரு ஒளிக்கற்றை இவனை ஊடுருவியது. என்ன நடக்கிறது என நிதானித்து அழைப்பு மணியை அழுத்துவதற்கு முன்பு, எதை நோக்கியோ மிக வேகமாக தான் இழுக்கப்படுவதை உணர்ந்தான்.

சிறு வயதில் காலில் ஏற்பட்ட அறுவை சிகிச்சையின்போது வலி தெரியாமல் இருப்பதற்கு போடப்பட்ட ஊசியின் விளைவாக ஏற்படும் நினைவிழத்தலை விடப் பல மடங்கு அதிகமான நினைவிழத்தல் இது.

அப்பாவின் குரல், அம்மாவின் முகம், தங்கையின் சண்டை, இறுதியாய் ஆரா, அப்படியே எதை நோக்கியோ வெகுவாய் ஈர்க்கப்படத் தொடங்கினான் பிரித்வி.

இருள். அடர் இருள். இரயில் செல்லும்போது குகைப்பாதையில் இருள் வருமே, அதை விடப் பல மடங்கு நீண்டு கொண்டே இருந்தது அந்த இருள் பாதை. விழித்திருக்கிறானா, கண்கள் திறக்கப்பட்டிருக்கிறதா எதுவுமே தெரியவில்லை.

சங்கை எடுத்துக் காதில் வைக்கும் பொழுது ஒரு அமைதியான ஒலி கேட்குமே அந்த ஒலி கேட்டது. அப்படியே மயங்கிப் போனான் பிரித்வி.

ஏதோ ஒரு இசைக்கருவியின் இசை. இதுவரை கேட்டதே இல்லை. ஆனால், மிக அருமையாக இருந்தது.

சட்டெனக் கண் விழித்தவனுக்கு எதிரே ஆயிரக்கணக்கில் நீர்மூழ்கிக் கப்பல் போல ஆனால், உருண்டையாக ஏதோ விண்கலன்கள் நின்றுகொண்டிருந்தன.

ஒவ்வொன்றிலும் உருண்டையாக பூமி மாதிரி ஆனால், வேறு மாதிரியான அமைப்புக்கொண்ட வரைபடங்கள் ஒட்டப்பட்டிருந்தன. அதைப் பார்த்துக்கொண்டே வந்தவன் பூமியின் வரைபடம் ஒட்டப்பட்ட விண்கலனின் முன்பு நின்றான்.

பார்த்தவுடனே அவனுக்குத் தெரிந்துவிட்டது. அது பூமியின் வரைப்படம்தான் என.

அதில் மிகப்பெரிய கோபுரங்கள் கொண்ட கோவில்களும், பரந்த தலங்களைக் கொண்ட கோவில்களும் பெரிதாக சிவப்பு நிற மையால் குறிக்கப்பட்டிருந்தன.

இவனுக்கு தஞ்சாவூர் பெரிய கோவிலையும், சிதம்பரம் கோவிலையும் எளிதாக அந்த வரைபடத்தில் கண்டுகொள்ள முடிந்தது.

இதைத் தவிர உயரமான மலைகளும் பச்சை மையால் குறிக்கப்பட்டிருந்தன.

சட்டென, “பிரித்வி...” எனக் குரல் கேட்டுத் திரும்பியவன், அப்படியே அதிர்ச்சியில் உறைந்தான்.

நான்கு கைகளோடு ஏதோ வயலின் மாதிரியான இசைக்கருவியை வைத்துக்கொண்டு இருபது விரல்களால் இசைக்கருவியை இசைத்துக்கொண்டு எந்த சிரமமும் இல்லாமல் ஏழு அடி உயரத்தில் ஒரு மனிதன் நின்றுகொண்டிருந்தான்.

பெயரைச் சரியாக உச்சரித்த மனிதன் ஏதோ பேசுகிறான் எனப் புரிந்தது. ஆனால் என்ன பேசுகிறான் என்று புரியவில்லை. ப்ரித்வி திருதிருவென விழித்துக் கொண்டிருப்பதைப் பார்த்த அந்த மனிதன் சடாரென ஒரு கருவியை உச்சந்தலையில் வைத்துவிட்டு அதில் ஏதோ

பார்த்துவிட்டு, "ஓ..தமிழா! அழகான ஒலியுடைய மொழி" என்றான். மேலும் தன்னைக் காட்டி, "நான் நரேன் என வைத்துக்கொள்." என்றான்.

"நரேன், நான் எங்கிருக்கிறேன்" என்று கேட்டான் பிரித்வி. "நீ யார்?" என்றான். "இது என்ன?" என்று விண்கலத்தைக் காட்டினான்.

"எத்தனை கேள்விகள்! மனிதனுக்கு விடை தெரிகிறதோ இல்லையோ கேட்பதென்றால் பிடிக்கும். அதனால்தான் மனிதர்களை எங்களுக்கு மிகவும் பிடித்திருக்கிறது" என்றான் நரேன்.

"மனிதர்களைப் பிடிக்குமா? அப்படியெனில் நீ யார்?"

"நீ யார் என்பதை உணரத் தொடங்கினால் நான் யார் என்பது உனக்குப் புரியும். உனக்குப் புரிகிற மாதிரி சொன்னால், நீ பெரிய கருந்துளையால் ஈர்க்கப்பட்டு மில்லியன் ஒளி ஆண்டுகள் கடந்து இரண்டு நோவா வெடிப்புகளைத் தாண்டி இங்கே வந்து சேர்ந்திருக்கிறாய்" என்றான் நரேன்.

"இது உண்மையா! எப்படி நிகழ்ந்தது இது? பெரிய பெரிய ஆராய்ச்சியாளர்களை மன அழுத்தம் பற்றிக்கொண்டு, மனச் சிதைவு ஏற்படுவது உண்டு. அது மாதிரி ஏதேனும் எனக்கு ஏற்பட்டுவிட்டதா? மனச்சிதைவு ஏற்பட்டவர்களுக்கு ஏலியன், பச்சை மனிதர்கள் பேசுவது போல் தோன்றுமே... அது மாதிரி ஏதாவது ஏற்பட்டுவிட்டதா?" என உள்ளுக்குள் வெகுவாகக் குழம்பிப் போனான் பிரித்வி.

"உனக்கான நேரம் குறைந்துகொண்டே வருகிறது. ஏதாவது உருப்படியாகக் கேள்" என்ற நரேனிடம்,

"சரி எதற்காக பூமியில் முக்கியமான இடங்களைக் குறித்து வைத்திருக்கிறீர்கள்?" என்று கேட்டான் பிரித்வி.

"பூமிக்கு நாங்கள் அடிக்கடி முன்பு சென்று வருவோம். எங்களது விண்கலம் சென்று இறங்க வேண்டிய பகுதிகளைக் குறித்து வைத்திருக்கிறோம். உயர்ந்த கோபுரங்களைக் குறி வைத்தே அங்கு இறங்குவோம். அதாவது உங்களுக்கு கலங்கரை விளக்கங்கள் போல, எங்களுக்கு கோவில் கோபுரங்கள். அதற்காகத்தான் மிகப்பெரிய கோவில்கள் அமைக்கப்பட்டன. எங்களுக்கு விண்கல ஓடுதளங்கள் கோவில்களில்தான் சிறப்பாக இருக்கும். இரவு நேரத்தில்

வந்துவிட்டுச் சென்று விடுவோம். கோவில்கள் எங்கள் தற்காலிக இருப்பிடங்களாக இருந்தன. இப்பொழுதெல்லாம் பூமிக்கு நாங்கள் வருவதில்லை. சில முயற்சிகள் மூலம் எங்களுடைய எண்ண அலைகளோடு நீங்கள் தொடர்பு கொள்ளலாம். அவ்வளவுதான்".

"அப்படியானால் நிஜமாகவே நான் இப்பொழுது பூமியில் இல்லையா? எனக்கு என்ன ஆயிற்று?"

என்ற பிரித்வியின் தலையைத் தடவிய நரேன்,

"ஆம், பூமியின் பார்வைப்படி நீ இறந்து விட்டாய். நீ செய்து கொண்டிருந்த ஆராய்ச்சியில் ஏற்பட்ட பிழையினால் லிம்னான் ஒளிக்கற்றைகள் உன்னை ஊடுருவிவிட்டன. இங்கே பார்.." என்ற நரேனிடம் லேப்டாப் மாதிரி ஏதோ ஒன்று இருந்தது.

அதில், "சார் எந்திரிங்க! சார் எந்திரிங்க.." என ஆராய்ச்சிக் கூடத்தின் ஊழியர் சங்கர் டேபிளின் மேல் தலைகவிழ்ந்து கிடந்த பிரித்வியை எழுப்பிக்கொண்டிருந்தார்.

உடனே அவசர அலாரம் அடிக்கப்பட்டு, டாக்டர் வந்து பிரித்வியின் உடலைப் பரிசோதித்துவிட்டு, உதட்டைப் பிதுக்கினார். "இறந்து இரண்டு மணி நேரங்களுக்கு மேல் ஆகிவிட்டது. ஹார்ட் அட்டாக்." என்று நகர்ந்து சென்று கொண்டிருந்தார்.

"அடப்பாவிங்களா ஏன்டா என்னைக் கொன்னிங்க?" என்று லேப்டாப்பை தூக்கி எறிந்துவிட்டு நரேனிடம் கத்தினான் பிரித்வி.

"நீ நல்லவன் பிரித்வி. சக உயிர்களை மதித்தவன். அன்பை உணர்ந்தவன். பிறரைப் புண்படுத்தாதவன். புத்தியை நல்ல விசயங்களால் அராவி கூர்மையாக்கிக் கொண்டவன். அதனால்தான் உன் இறப்பை உனக்கு விளக்குகிறேன். வேறு யாருக்கும் இந்த சலுகைகள் கிடையாது தெரியுமா? நீ எனக்குப் பிரியமானவன். நான் உன்னை சில சமயங்களில் இங்கிருந்து கவனித்திருக்கிறேன்" என்ற நரேனைக் கட்டிக்கொண்டு அழுதான் பிரித்வி.

நிஜம் உரைத்தது. இனி கதறிப் பயனில்லை.

"இனி என் கதி என்ன?" என்ற பிரித்வியிடம்,

“உனக்கு ஒரு சலுகை தருகிறேன். இருநூறு ஆண்டுகள் கழித்து உனது காதலி ஆராவும் நீயும் ஒரு கிரகத்தில் பிறக்கலாம். பிறந்து தம்பதியராய் வாழ்ந்து மகிழக் கூடிய அமைப்பு இருக்கிறது. அங்கு பிறக்கிறாயா? அல்லது இப்போதைய ஆராவுக்கு மகளாகப் பிறந்து வாழக்கூடிய அமைப்பு இருக்கிறது. அங்கே வாழ்கிறாயா? உனது விருப்பம்” என்ற நரேனிடம்,

“நான் ஆராவிற்கு மகளாகச் செல்கிறேன்” என்றான் பிரித்வி.

“அப்படியே ஆகும்” என்றான் நரேன்.

மாதவிலக்கினாலும் பிரித்வி இறந்த சோகத்தினாலும் அழுது கொண்டிருந்தவளை ஆறுதல்படுத்தி சமாதானம் செய்து உணவு வாங்கி கட்டாயமாக ஊட்டிக்கொண்டிருந்தான் ராம்.

“சாப்பிடு கண்ணம்மா” என்ற ராமின் சொற்களில் பிரித்வியின் சாயல்.

ஒறு

வீட்டுக்கு வெளியே மதில் சுவரில் சாய்ந்துகொண்டு, வருவோர் போவோரையெல்லாம் வேடிக்கை பார்த்துக்கொண்டிருந்தாள் வனிதா. இடுப்பில், முழங்கால் தெரிய தூக்கிச் சொருகப்பட்ட பாவாடையும், அப்பாவினுடைய சிறிது சாயம் போன முக்கால் கைக்கு ஏற்றிவிடப்பட்ட சட்டையும், தாவணி போட வேண்டிய வயதில் போடாமல், ஆண்பிள்ளை சட்டை அணிந்துகொண்டு இருப்பதில் ஒரு திமிரழகுமாய், ஏதோ ஒரு பாடலை வாய்க்குள் முணுமுணுத்துக்கொண்டே சாலையை மோவாயை உயர்த்தி தெனாவெட்டாகப் பார்த்துக் கொண்டிருந்தாள்.

இடுப்பில் ஒரு கையை ஊன்றி மறுகையில் ஊறிப்போன புண்ணாக்கு தீவனத்தை புளித்த கழனித் தண்ணீர் ஊற்றி நன்றாகக் கலந்து, கறவை மாடுகளுக்கு வைத்த தடமாக ஆங்காங்கே சாயங்கால நட்சத்திரமாய் ஒட்டிக் கொண்டிருந்தது பழைய சோறு. மாட்டுக் கொட்டகையில், மாட்டுச் சாணத்தை அள்ளிக் கூட்டியவள், சிறிது ஆசுவாசத்திற்காக மதிலின் மீது சாய்ந்து ரோட்டை வேடிக்கை பார்த்துக்கொண்டிருந்தாள். நல்ல பால் நிறமாக, தூக்கி முடியப்பட்ட கொண்டையுடன் சராசரி உயரத்தோடு நல்ல வளர்ச்சியாய் நின்றவளை ரோட்டில் சென்று கொண்டிருக்கிற பையன்கள் பார்த்தும் பார்க்காதது போல் போய்க் கொண்டிருந்தார்கள்.

அவர்கள் இவளைப் பார்ப்பது போல் வனிதாவிற்குத் தெரிந்தால் அவ்வளவுதான். கீழே கிடக்கும் விளக்குமாற்றின் பின்பக்கத்தை, கைகளில் தட்டிக் காண்பிப்பாள். சமயத்தில் அடிக்கிற மாதிரியும் விளக்குமாற்றை தூக்கிக் காண்பிப்பாள். எதுக்குடா வம்பென பையன்கள் பயந்து ஒதுங்கிப்போய் விடுவார்கள்.

வனிதா பார்த்துக் கொண்டிருக்கும்போதே அக்கம் பக்கம் பார்த்தபடி, பாலைத் தேடி வரும் பூனையைப் போல் பாதங்களை மென்மையாக எடுத்து வைத்துக்கொண்டே, எதிர்த்த கொல்லையின் வேலிப்படலைத் திறந்து கொண்டு தனம் வந்தாள். பின்னாலேயே பக்கத்துத் தெரு செந்திலும் வந்து மறைவாக படலின் மேல் பதவுசாக சாய்த்து வைக்கப்பட்டிருந்த சைக்கிளை எடுத்துக்கொண்டு இவளை ஒரு பார்வை பார்த்து சிரித்துவிட்டு சிட்டாகப் பறந்து விட்டான்.

“அடிப்பாவி தனம், என்னடி பண்ண எதிர்த்த கொல்லையிலே?” எனக் கேட்ட வனிதாவிடம்,

“ஆமான்டி, பண்றாங்க சட்டியும் பானையும். கேட்க வந்துட்டா கேள்வி” என சலித்துக்கொண்டே பதில் சொன்னாள் தனம்.

“அது சரிடி, ஏதாவது பண்ணிட்டுப் போங்க. இந்தக் கருமத்தையெல்லாம் யாரு கேட்டா? ஆனா, நான் அங்கதானடி பூவரசம் மரத்தடியில ஒண்ணுக்குப் போனேன். அப்பயாவது சத்தம் கொடுத்திருக்கலாம்ல்ல, நான் ஒண்ணுக்கு இருக்கறத ரெண்டு பேரும் பார்த்துட்டு இருந்தீங்களா?” எனப் பரிதாபமாகக் கேட்டவளின் முகத்தைக் கண்டு விழுந்து விழுந்து சிரித்தாள் தனம்.

“ஆமா, நீ வந்து சட்டுன்னு உட்கார்ந்துட்ட. என்ன பண்றதுன்னே தெரியல புள்ள” எனச் சொல்லிக்கொண்டே அந்தக் காட்சி நினைவுக்கு வர திரும்பத் திரும்ப சிரித்துக்கொண்டே இருந்தாள்.

“போடி நாயே! இரு, இரு, உனக்கு இருக்கு, அந்த செந்தில் பய மட்டும் என் கண்ணுல மாட்டுனான், வச்சிருக்க செருப்பைக் கழட்டி அடிப்பேன். கம்னாட்டி எவ்வளவு திமிரு அவனுக்கு? சொல்லிடு! அவனப் பார்த்தேன்னா அவ்வளவுதான்." என எச்சரித்துவிட்டு அவ்விடம் விட்டு நகர்ந்தாள் வனிதா.

தானாக எந்த சண்டைக்கும் போகவில்லையென்றாலும் வந்த சண்டையை ஒரு கை பார்த்துவிடுவாள் வனிதா. அவளது செயல்களில் எப்பொழுதுமே ஒரு நியாயம் இருக்கும். அவளது ஆக்ரோஷங்களுக்குப் பின்னால் ஒரு வலுவான காரணம் இருக்கும். யாரும் அவளது செயல்களில் தப்பு சொல்லி விட முடியாது.

அன்று அதிகாலை வழக்கம் போல, எழுந்து விளக்க வேண்டிய பாத்திரங்களைக் கொண்டுவந்து கொல்லையில் அடிபம்பு மேடையில் போட்டுவிட்டு வாசல் கூட்டுவதற்கு விளக்குமாற்றையும் வாளியையும் எடுத்துக்கொண்டு வாசலுக்கு வந்தாள். இரவு பெய்த மழை இன்னும் நீடிக்கும் போல. தவளைகளின் கர்ணக்கொடூர சத்தம் கேட்டுக் கொண்டிருந்தது. வாசல் தெளிச்சி கோலம் போட கெட்டிச் சாணமாக எடுக்க எதிர்த்த கொல்லைக்குதான் போகவேண்டும். இவர்கள் வீட்டுப் பசு இரண்டு நாட்களாக படு நாற்றமாக பச்சையாகக் கழிந்து கொண்டிருந்தது. அம்மா இன்னும் எழுந்திருக்கவில்லை. அவளுக்கு இந்த மழைக்காலத்தில் இழுப்பு வந்துவிடும். மூச்சுவிடச் சிரமப்படுவாள். இவள்தான் எழுந்து வேலைகளை ஆரம்பிக்க வேண்டும்.

எதிர்த்த கொல்லை வனிதாவின் பங்காளி வீட்டுப் பெரியப்பாவின் கொல்லையாக இருந்தாலும் அங்கு மழைக்காலத்தில் மாடு மட்டும்தான் கட்டி வைத்திருப்பார்கள். ஒரு பம்பு செட் அறையும், அதை ஒட்டிப் பழைய புழங்காத செவ்வண்ணத்தில் காட்சியளிக்கும் குளக்கரையும் உண்டு. அதன் மரத்தடியில் உள்ள மொத்தியான பூவரசம்பூ மரத்தடியில் பழைய டயரினால் செய்யப்பட்ட ஊஞ் சல் பிரிகயிறினால் இறுக்கமாகக் கட்டப்பட்டிருக்கும். மிக சோம்பலான மதிய நேரங்களில் தனமும், வனிதாவும் அங்கு வந்து ஊஞ்சல் விளையாடுவார்கள். பாடல்கள் எழுதப்பட்ட பாட்டுப் புத்தகங்களை வைத்துக்கொண்டு எல்லாப் பாடலின் வரிகளையும் மனப்பாடம் செய்து பாடிப் பார்ப்பார்கள். ஊர்க்கதை முழுவதும் யார் யாரை காதலிக்கிறார்கள், எவள் புருஷன் எவளோடு இப்பொழுது இருக்கிறான் என சிரித்துக்கொண்டே பேசிக்கொள்வார்கள்.

தனம் எதையுமே வனிதாவிடம் மறைக்கமாட்டாள். வனிதாவிற்கு இந்த காதல் சமச்சாரங்களில் ஈடுபாடு

இல்லையென்றாலும் அந்த வயதுக்கே உரிய குறும்புகளோடு தனம் சொல்வதைக் கேட்டுக் கொண்டிருப்பாள். அது அவளுக்கு கிளர்ச்சியாக இருந்தது. அவர்கள் இருவரும் பங்காளி வீட்டு சகோதரிகள் போலவே நடந்து கொண்டதில்லை. ரொம்ப நெருங்கிய தோழிகள் போல இருந்தனர்.

மழை ஈரத்தில் நனைந்து மூங்கில் வாசனையடிக்கும் வேலிப்படலைத் திறந்துகொண்டு சாணி எடுப்பதற்காக எதிர்த்த கொல்லையின் உள்ளே சென்றாள் வனிதா. புல்லில் ஒட்டியிருந்த மழைத்துளிகள் சூடான கால்களில் பட்டது ஒரு மாதிரி கசகசவென்றது. அசூயையோடு சாணத்தை எடுத்துக்கொண்டு திரும்பியவள் கண்களில் சிறிது திறந்திருந்த மோட்டார் அறையின் கதவு தென்படவே, "சனியனுங்களுக்கு இதே வேலை, கதவத் தொறந்து போட்டுற வேண்டியது. அப்பறம் பாம்பு பூந்துட்டு, தேளு பூந்துட்டுன்னு நீதான்டி திறந்து வச்சேன்னு என் மேல பழியப் போட வேண்டியது. அதுவும் இந்த குண்டு பெரியம்மா இருக்கே, அதுக்கு என்னக் கண்டாலே பிடிக்கறதில்லை. பெரியப்பாட்ட ஏதாவது சொல்லி, திட்டு வாங்கி வைக்க வேண்டியது குண்டம்மா" என மனதிற்குள் திட்டியபடி கதவின் கொண்டியை இழுத்து மாட்டப் போனாள்.

அங்கே தனமும் செந்திலும் அரைகுறையாக உடுத்திக்கொண்டு விடிந்தது கூடத் தெரியாமல் தூங்கிக் கொண்டிருந்தார்கள். இவ்வளவு பாதுகாப்பு மீறி தனம் எப்படி இங்கு வந்தாள் என்பதே வனிதாவிற்கு ஆச்சரியமாக இருந்தது.

கதவின் நாதாங்கியை பலமாக நாலைந்து முறை வேகமாகத் தட்டினாள் வனிதா. சத்தம் கேட்டு எழுந்த செந்தில் இவளைப் பார்த்துவிட்டு வெகு வேகமாக அவ்விடம் விட்டு நகர்ந்தான். தனம் மெதுவாக எழுந்து ஆடைகளை சரி பண்ணிக் கொண்டிருந்தாள்.

"என்ன கருமம் தனம் இது? இதெல்லாம் நம்ம வீட்டுக்கு சரியா வருமா? இது உனக்கே நியாயமா இருக்கா? ஏதோ பேசிட்டு இருந்தீங்கன்னு விட்டா, என்ன அளவுக்கு மீறிப் போறீங்க? இதெல்லாம் சரியில்ல புள்ள! நீ இப்படியே பண்ணிட்டு இருந்தா, நான் அம்மாட்ட சொல்லிடுவேன்" என்று வனிதா, தனத்தைக் கண்டித்துக் கொண்டிருக்கும்

போதே, அங்கு தனத்தை தேடிக்கொண்டு பெரியம்மா வந்து சேர்ந்தாள்.

"ஏன்டி, என்னடி இரண்டு பேரும் காலையிலையே கதாக்காலட்சேபத்தை ஆரம்பிச்சிட்டீங்க, நேரம் காலம் இல்லையா உங்களுக்கு? என்னடா கொல்லைக் கதவு திறந்துருக்கு, பக்கத்துல படுத்திருந்தவளை ஆளக் காணோமேன்னு பார்த்தா காலம்பரவே கதை வேண்டிக் கிடக்கு கதை, கழுதைங்களா வேலையப் பாருடிங்கடி! இந்த பாழாப்போன குளக்கரைக்கு பெரியவங்க நாங்களே வரப் பயப்படுவோம். இந்தக் குளத்துலதான் அஞ்சுகம் அக்கா, புருஷன் கொடுமை தாங்காம செத்துப்போனதா சொல்லுவாங்க. வயசுப் பொண்ணுங்க மேல பூ வாசனை வீசுமாம். காத்துக் கருப்பு அண்டிடப் போகுதுடி. பொழுதானைக்கும் இங்க என்னங்கடி பண்றீங்க? ஏ! தனம் எருமை உங்கப்பா பஞ்சாயத்துக்கு போகணும் நேத்து ராவோட சொன்னாருல்ல அவரு கோபம் பத்தி உனக்கு தெரியாதா? பெல்ட் எடுத்து உறிச்சிருவாரு. வா! சீக்கிரம் இட்டிலி ஊத்து"

என்றபடி கொஞ்சமாகக் கீழே கிடந்த சாணியைப் பக்கத்திலிருந்த வைக்கோல் போரிலிருந்து சிறிது வைக்கோலை பிடுங்கி உருட்டி எடுத்துக்கொண்டு நகர்ந்தாள்.

கண், கைகள் அசைவுகளால் வனிதாவும் தனமும் பேசிக்கொண்டே அவ்விடத்தை விட்டு அவசர அவசரமாக வேலையைப் பார்க்க நகர்ந்தனர். ஏற்கனவே இருவருக்கும் இடையே செந்தில் வந்ததிலிருந்து தனம் சரியாக வனிதாவிடம் பேசாதது பெரும் குறையாக இருந்தது வனிதாவிற்கு. அதோடு இப்படி அசிங்கமாக தனம் நடந்துகொள்கிறாளே என தனத்தின் மேல் கோபமாக அவளைச் சந்திப்பதையே தவிர்த்திருந்தாள் வனிதா.

ஒரு வாரம் சென்றிருக்கும். "ஏய் வனிதா, நாளன்னைக்கு உன்னைப் பொண்ணு பார்க்க வரப் போறாங்க, இந்த ஆம்பளை சட்டையெல்லாம் தூக்கித் தூரமா போட்டுட்டு போய் மேஜை மேல சிவப்புக் கலர் ஜாக்கெட் துணியும் சிவப்புக் கலர் புடவையும் இருக்கு. எடுத்துட்டுப் போய் சுப்பையா கடையில அளவு கொடுத்துட்டு வா! இன்னைக்கு சாயங்காலம் ஜாக்கெட் வேணுமுனு சொல்லு. உங்கப்பாவப் பத்தி அவனுக்கு நல்லாத் தெரியும். அவன் நேரத்துக்கு

ஜாக்கெட் கொடுக்கலேன்னா, தைக்க வச்சிருக்க துணியெல்லாம் ரோட்டுக்கு வந்துரும்னு" என்று சொல்லி விட்டு உள்ளே போன அம்மாவிடம்,

"அம்மா, எனக்கென்னமா இப்ப கல்யாணத்துக்கு அவசரம்? நான் கொஞ்ச நாளு கழிச்சி பண்ணிக்கறேன்மா. தனம் எனக்கு அக்காதான? அவளுக்கு ஆகட்டும்மா" என்ற வனிதாவைப் பார்த்து,

"என்னடி நொக்கா? ஆறு மாசம் அவ மூத்தவ அவ்வளவுதான். கேக்கறப்ப பொண்ணைக் கொடுத்திரணும். இல்லேன்னா கழனிப் பானையில கைவிட்ட மாதிரி ஏதாவது உருப்படாத சம்பந்தம்தான் அமையும். புரிஞ்சதா? எல்லாம் எங்களுக்குத் தெரியும். வாய மூடிட்டு சொல்றத செய் என்ன? ஏன்டி! எரும! மனசில யாரையாவது நினைச்சிட்டு இருக்கியா? அப்படி ஏதாவது நினைப்பு இருந்தா அப்படியே தொடச்சித் தூக்கி எறிஞ்சிரு. உங்க அப்பா, பெரியப்பா, சித்தப்பா பத்தி உனக்கு நல்லாத் தெரியும். ஊருல ஏதாவது இது மாதிரி காதல் பிரச்சனை வந்தாலே விசத்தைக் கொடுத்துக் கொல்ல சொல்றவனுங்க. வேணாம்டி அதெல்லாம் நமக்கு. உன்னை மாப்பிள்ளை வீட்ல விருப்பப்பட்டு கேக்கறாங்கம்மா. நமக்கு சொந்தம்தான். தங்கமான குடும்பம். அப்பா சொல்றதுக்கு எதுத்து எதுவும் பேசிடாத தாயி. எதா இருந்தாலும் நாம பொம்பளைங்க பணிஞ்சிதான் போகணும்டா தங்கம். சரியா?" என்றபடி தலையை தடவிக்கொடுத்த அம்மாவின் வார்த்தையில் எதுவுமே பொய்யில்லை என்பதை நன்கு உணர்ந்திருந்தாள் வனிதா.

ஜாக்கெட் துணியை எடுத்துக்கொண்டு, சுப்பையாவிடம் கொடுத்துவிட்டுத் திரும்பியவளை கைபிடித்து அவசர அவசரமாக எதிர் கொல்லைக்கு இழுத்துக்கொண்டு போன தனம் வனிதாவைக் கட்டிக்கொண்டு அழுதாள்.

"எனக்கொரு சத்தியம் பண்ணுடி, நான் செந்தில விரும்புனது எங்களோட பழக்கம் வழக்கம் யாருக்கும் தெரியக்கூடாது" எனக் கேட்ட தனத்தைப் பார்த்து, "ஏன் தனம், வீட்டுக்கு ஏதாவது சந்தேகம் வந்துட்டா? மாட்டிக்கிட்டியா என்ன?" என்றவளிடம் தலையில் ஓங்கி அடித்துக்கொண்டு அழுதுகொண்டே, "அதெல்லாம் அடுத்த பிரச்சனை புள்ள. நான் நம்புனவனே என்னை மோசம் பண்ணிட்டான். அவன அவ்வளவு நேசிச்சேன். அவனுக்காக ஊர் உறவு

எல்லாத்தையும் விட்டுட்டு அவனோட ஓடிப்போகக் கூட தயாரா இருந்தேன். எல்லாம் வீண். அந்த நாய் சொல்றான். நான் நாடுமாறியாம். தேவடியாவாம். நான் கூப்புட்டோன்ன என்ட படுத்தீயே! எவன் கூப்பிட்டாலும் அப்படித்தானே போவேன்றான். இன்னைக்கு என் முன்னாடி அவுத்துப் போட்டுட்டு அம்மணமா நின்னவ நாளைக்கு கல்யாணத்துக்கு அப்பறமும் எவன் சொன்னாலும் இப்படி நிக்க மாட்டேன்னு என்ன நிச்சயம்ன்னு கேக்கறான் புள்ள. நான் ஏமாந்துட்டேன். இவனைக் காதலிச்சேன்னு சொல்லிக்கறதே எனக்கு அவமானம். இது உனக்கு மட்டும்தான் தெரியும். உன் கால்லவேணாலும் விழுறேன். யாருட்டையும் சொல்லிடாத" என சொல்லிக் கொண்டிருக்கும்போதே ஆள் வரும் அரவம் கேட்க,

"சரி எதுவும் அவசரப்படாத. மதியம் சாப்பிட்டுட்டு இங்க வந்து பேசிக்கலாம். ஏதாவது வீட்டுக்குத் தெரிஞ்சிது நாம அவ்வளவுதான்" எனக் கூறிக்கொண்டே அவ்விடத்தை விட்டு அதிர்ச்சியாகப் பிரிந்தாள் வனிதா.

மதியம் அம்மா வைத்துக் கொண்டிருக்கும் கறிக்குழம்பு வாசனை மூக்கைத் துளைக்க, "அம்மா! அம்மா! எனக்கு குழம்புல உள்ள ஈரலும், சுவரொட்டியையும் கொடு" என்று தட்டைத் தூக்கிக்கொண்டு நிற்பவளைப் பார்த்ததும், இவளையா கல்யாணம் செய்து கொடுக்கப் போகிறோம் என சிரிப்பாகவும், மலைப்பாகவும் வந்தது வனிதாவின் அம்மா செண்பகத்துக்கு. குழம்பில் கரண்டியை விட்டு அரைவேக்காடாக வெந்து போயிருந்த சுவரொட்டியை எடுத்துத் தட்டில் வைக்கும்போது,

"அய்யய்யோ! மோசம் போயிட்டனே! யாராவது ஓடியாங்களேன்" என பெரியம்மாவின் குரல் கேட்டு எல்லாரும் எதிர்த்த கொல்லைக்கு ஓடினர்.

அங்கே பூவரசம் மரத்தடியில் டயரின் மேலே ஏறி தூக்கு மாட்டி தொங்கிக் கொண்டிருந்தாள் தனம். எதுவுமே பேசாமல் உறைந்து போய் அதிர்ச்சியில் அவ்விடத்திலேயே மயங்கி விழுந்தாள் வனிதா.

யாருக்கும் எந்தக் காரணமும் தெரியாமல், எதற்கு இறந்தாள் என எந்தத் தடயமும் இல்லாமல் இறந்து போனாள் தனம். அவள் ஏன் தற்கொலை செய்துகொண்டாள்

என்பது அனைவருக்கும் குழப்பமாகவே இருந்தது. ஊரில் ஒவ்வொருத்தரும் ஒவ்வொரு காரணம் சொல்லிக் கொண்டார்கள். மதிய நேரத்தில் உபயோகமில்லாத குளக்கரையில் அமரக் கூடாது எனவும், குளத்துப் பேய் அடித்திருக்கலாம் எனவும் பேசிக் கொண்டார்கள்.

ஆறு மாதம் போயிருக்கும், "இறந்த வீட்ல விசேஷம் ஒண்ணு செய்யணும்ப்பா. இந்த முறை கிறையெல்லாம் வேணாம். நாங்கதான் பொண்ணப் பார்த்துருக்கோம். பையனுக்கு உங்க பொண்ணக் கட்டிக்க ரொம்ப பிரியம். அவன் சொல்லித்தான் நாங்க பொண்ணே கேட்டோம். இல்லேன்னா எங்க வசதிக்கு சிங்கப்பூரார் வீட்டுப் பொண்ணதான் கட்டிருப்போம். கட்டினா உங்க பொண்ணதான் கட்டுவேன்னு பிடிவாதமா இருக்கான். கல்யாண மண்டபம் நம்மது இருக்கு. அடுத்த வாரமே கல்யாணத்த முடிச்சிரலாம். வேணுமுன்னா உங்க பொண்ணுகிட்ட சம்மதம் கேட்டுச் சொல்லுங்க" என்று மாப்பிள்ளை அப்பா சொந்தக்காரர்களிடம் சொல்லி அனுப்ப,

"நான் சொன்னா என் பொண்ணு கிழிச்ச கோட்டைத் தாண்டமாட்டா. ஏற்பாடு பண்ணுங்க. அவளும் அவ அக்கா இறந்ததுலேர்ந்து ரொம்ப உடைஞ்சி போயிட்டா. இந்தக் கல்யாணமாவது அவளைக் கொஞ்சம் மாத்தட்டும்" என்று திருமண ஏற்பாடுகளை விரைவாகச் செய்ய ஆரம்பித்தார் வனிதாவின் அப்பா அய்யாதுரை.

"வாங்க மாப்ள! வாங்க உள்ள வாங்க! சும்மா வெட்கப்படாம உள்ளவாங்க மாப்ள! இனிமே இது உங்க வீடு. என்ன இப்படி தயங்கி தயங்கி நிக்கிறீங்க? சும்மா சகஜமா இருங்க" என்ற அய்யாத்துரையின் குரல் கேட்க, அதற்கு பதிலாக,

"இல்ல மாமா. பத்திரிக்கை அடிச்சி வந்துட்டு அப்பா உங்கள்ட்ட கொடுத்துட்டு வரச் சொன்னாங்க" என்று பதில் சொன்ன குரல் எங்கேயோ கேட்ட மாதிரி இருக்க, அவசர அவசரமாக கூடத்திற்கு வந்தாள் வனிதா.

அங்கே பத்திரிக்கையோடு நின்று கொண்டிருந்தவனைப் பார்த்ததும், ஆங்காரமாக வந்தது வனிதாவிற்கு. அப்படியே அவன் தலைமுடியைக் கொத்தாகப் பிய்த்து எறியும் அளவிற்கு கோபம் வந்தது.

“என்னம்மா பார்த்துட்டு இருக்க? இவர்தான் மாப்பிள்ளை. ஒருவாய் காப்பித் தண்ணி போட்டுட்டு வாம்மா” என்ற அய்யாத்துரையின் குரல் காதில் விழாதது போல பதில் பேசாமல் செந்திலை முறைத்துக்கொண்டே உள்ளே போனாள் வனிதா.

அவளால் செந்திலை மன்னிக்கவே முடியவில்லை. ஆரம்பத்தில் தனம் விலகிப்போகும் பொழுதெல்லாம் அவன்தான் கொஞ்சம் கொஞ்சமாக அவளைத் தன்பக்கம் ஈர்க்க முயற்சி செய்தான். நிறைய கடிதங்கள் எழுதிக் கொண்டே இருப்பான். அதெல்லாம் தனம் வனிதாவிடம் காட்டியிருக்கிறாள். ஒரு தடவை தனம் அவனை அறைந்து கூட இருக்கிறாள். எங்கு போனாலும் பின்னாலயே சுற்றிச் சுற்றி வந்து காதலித்தவன் இப்படிச் செய்தது மிக அதிர்ச்சியாக இருந்தது வனிதாவிற்கு.

தனமாவது இரகசியத்தோடு இரகசியமாக இறந்து விட்டாள். அதற்கே ஊர் முழுவதும் அவள் காதலித்தாள் எனவும் கர்ப்பமாக இருந்ததால்தான் இறந்துவிட்டாள் எனவும் பேசிக் கொண்டார்கள். இவளிடம் யாரிடமும் சொல்லக்கூடாது என தனம் சத்தியம் வாங்கியிருந்ததால் வனிதாவிற்கு இதைப் பற்றி யாரிடமும் சொல்லவும் முடியவில்லை. அதைப் பற்றி யோசிக்காமல் இருக்கவும் முடியவில்லை. மிகுந்த மனஉளைச்சலுக்கு உள்ளாகி விட்டாள்.

சரியாக சாப்பிடாமல், அழுதுகொண்டே அவளுக்குப் பிடித்த சினிமா பாடல்களைக் கூடக் கேட்காமல் தனிமையிலேயே நிறைய நேரங்கள் செலவிட ஆரம்பித்தாள். யாருக்கும் தெரியாமல் தனியாகப் பேச ஆரம்பித்தாள். சரியாகக் குளிப்பதில்லை, தலை சீவுவதில்லை. நல்ல வளர்ந்த மூங்கில் குச்சியை வைத்துக்கொண்டு எதையாவது ஓங்கி ஓங்கி அடித்துக் கொண்டிருந்தாள். அவளுடைய இயல்பு மாறியிருந்தது. செந்திலைப் பழிவாங்க வேண்டுமென நினைத்தாள்.

என்ன தப்பு செய்தாள் தனம்? செந்திலோடு வாழ எத்தனை கனவுகளை வைத்திருந்தாள். தான் வாழப்போகிறவனோடு அவன் விருப்பத்துக்கு இசைந்தால் என்ன தவறு என்றுதானே நினைத்தாள்? செந்திலுக்கு

ஆரம்பத்திலேயே தன்னைப் பிடிந்திருந்தால் அப்பொழுதே பெண் கேட்டுத் திருமணம் செய்திருக்கலாமே? தனத்தை ஏன் காதல் என்ற பெயரில் ஏமாற்றி உபயோகப்படுத்தி தூக்கி எறிந்து, அவளை தற்கொலையும் செய்யத் தூண்டி... செந்தில் செய்தது முழுதும் பச்சை துரோகம். இவனை காலமெல்லாம் அழவைக்க வேண்டும் என எண்ணி, எண்ணியே வனிதாவிற்கு மனஅழுத்தம் கூடியது.

கல்யாண வேலைகள் ஆரம்பித்ததும் விருந்தினர்கள் ஒவ்வொருவராக வர ஆரம்பித்தார்கள். வாரக்கணக்கில் விருந்துகள் நடந்ததால் வனிதாவின் மாற்றங்களை யாரும் சரிவர கவனிக்கவில்லை. அவளது விருப்பத்தைப் பற்றி யாருக்கும் கவலையே இல்லை.

திருமண நாளன்று ஏற்பாடுகள் சிறப்பாக நடந்து கொண்டிருந்தன. சாப்பாடு அந்த வட்டாரத்திலேயே புகழ் பெற்ற ஆலயமணி சமையல். நாதஸ்வரம் அசோகன் குழுவினர் என ஒரே தடபுடல்தான். மாப்பிள்ளை வீட்டிற்கும் ஒரே பையன். பெண் வீட்டிற்கும் ஒரே பெண் என்பதால் காசை வாரி இறைத்திருந்தார்கள். சுற்று வட்டாரம் முழுக்க பத்திரிக்கை கொடுத்திருந்ததால் ஊரே கூட்டத்தினால் அல்லோலப்பட்டது. வனிதா சிவப்பு நிறப் பட்டுப் புடவையில் அத்தனை அழகாக இருந்தாள். நிறைய நகைகளும் அவளுடைய நிறத்திற்கு அத்தனைப் பொருத்தமாக இருந்தன.

அவளை வைத்த கண் எடுக்காமல் அப்படியே பார்த்து ரசித்துக் கொண்டிருந்தான் செந்தில். எத்தனை அழகாக அடக்கமாக இருக்கிறாள்! ஆண்பிள்ளைகள் இவளைப் பார்த்தால் நெருங்கவே பயப்படுவார்கள். நான் மிகவும் அதிர்ஷ்டசாலி என்று எண்ணிக் கொண்டே, சம்பிரதாயங்கள் முடிந்து வனிதாவின் கழுத்தில் தாலியைக் கட்டினான் செந்தில்.

திடீரென அமர்ந்திருந்த மனையிலிருந்து எழுந்தவள். தலைக்கு மேலே போட்டிருந்த மூங்கில் பந்தலிலிருந்து, குச்சி ஒன்றை உருவினாள். “டேய் பொறம்போக்கு” என அலறிக்கொண்டே, செந்திலின் தலைமுடியைப் பற்றி இழுத்து, அவனது பட்டுச்சட்டையை பிய்ந்து எறிந்தாள். என்ன செய்கிறாள் வனிதா என அனைவரும் யூகிக்கும் முன்

செந்திலின் உடைகள் முழுவதையும் பிய்த்து எறிந்து அவனை ஊரின் முன்பு முழு நிர்வாணமாக்கி மூங்கில் குச்சியால் விளாச ஆரம்பித்தாள்.

குளத்துக்கரை பேய் வனிதாவையும் பிடித்து விட்டதாக ஊரே பேசத் தொடங்கியது.

கிளிச்சிறை

சூல்கொண்ட நிறைமாத கர்ப்பிணிப் பெண் போல சாய்ந்துகொண்டு ஒரு பக்கமாகக் கருமேகங்கள் திரண்டு வந்து கொண்டிருந்தன. பரவலாகக் கருமேகங்கள் வந்தால் ஒருவேளை காற்றடித்துக் கலையலாம். இப்படி நீரை நடுவில் வைத்து உருண்டு திரண்டு வரும் மேகங்கள் நிச்சயமாகப் பொழியும். காலையில் நன்றாக சுள்ளென வெயில் அடித்தது. இப்பொழுது திடீரென மழை வருவது போல் உள்ளது. மழைப் புறப்பாடும், மழலைப் புறப்பாடும் மகேசன் கையிலன்னு சும்மாவா சொன்னாங்க... ஒரு நிமிடத்தில் மனதில் இத்தனையும் ஓடிக் கொண்டிருக்க நெற்றியின் மேல் கை வைத்து வானத்தைக் கூர்ந்து நோக்கிய சோமு ஓடிவந்து காய்ந்து கொண்டிருந்த உளுத்தங்காய்களைக் குவிக்கத் தொடங்கினான். சோமு குவிக்கத் தொடங்கியதுமே, வேலை பார்த்துக் கொண்டிருந்த அனைவரும் ஓடிவந்து, உளுந்தைக் குவித்து நீல நிற படுதாக்களை குவியலின் மேல் இழுத்துப் போர்த்தி எல்லா முனைகளிலும் கற்களை வைத்தனர்.

இதைப் பார்த்துக் கொண்டிருந்த மீனுக்குட்டி அந்தக் குவியலின் மேல், 'தத்தக்கா பித்தக்கா' வென நடந்து உச்சியில் போய் அமர்ந்துக் கொண்டது. "வா குட்டி, மழை வர்ற மாதிரி இருக்கு. வீட்ல கொண்டு போய் விட்டுட்டு வர்றேன் வா" என்ற சோமுவைப் பார்த்து, "போப்பா, நான் வரல. நான் சறுக்குமரம் விளையாடப் போறேன்" என்று மேலிருந்து கீழாக சறுக்கத் தொடங்கியது.

மீனுக்குட்டிக்கு மூன்று வயதாகிறது. வயதுக்கு மீறிய தெளிவு பேச்சில்.

திருவிழாக் கடை முடிச்சிட்ட பலூன்களின் திண்டு திண்டான திரண்ட பாகங்கள் போல மீனுக்குட்டி கரளை கரளையாக கைகால்களை வைத்துக்கொண்டு சறுக்கி விழுவதைக் கண்டதும் அத்தனை வேலையிலும் நெகிழ்ச்சியாக இருந்தது சோமுவிற்கு.

மணலில் விளையாடிப் புழுதியேறிய மீனுவின் சிறிய கால்கள் புதிதாக மண்ணிலிருந்து பறித்த மரவள்ளி கிழங்கென இளஞ்சிவப்பாகப் பளீரிட்டன.

மகளை அணு அணுவாக ரசித்துக்கொண்டே இருந்தவனின் மனம் சட்டெனத் துணுக்குற்றது. பைரவியின் முந்தைய நாள் இரவுப் பேச்சு நினைவுக்கு வந்தது.

முதல் நாள் இரவு வழக்கம் போல கறுப்பு மரவட்டை பூச்சிகளைப் போல காய்த்து உதிரும் உளுந்துச் செடிகளை அள்ளி படுதாப் போட்டு மூடிவிட்டு, ஏதேதோ கணக்குகளை மனத்திற்குள் போட்டுப் பார்த்தவாறே கைகளைத் தலைக்கு மேல் வைத்துக்கொண்டு படுத்திருந்தான் சோமு.

பாத்திரங்களை ஒழித்துப் போட்டுவிட்டு அடுப்பு மேடையைத் துடைத்து, காலையில் எழுந்து வேலை செய்ய எளிதாக இருக்கும் வண்ணம் செய்துவிட்டு, முந்தானையை அவிழ்த்து உதறியவாறே முடிந்திருந்த தலையை அவிழ்த்து உதறிப் படறவிட்டபடி அவன் கைகளில் முகத்தை வைத்து படுத்துக் கொண்டாள் பைரவி. ஏதோ யோசனையில் இருந்தவனின் நெஞ்சு முடியை சுருக்கென சுருட்டி இழுத்ததும், "ஆ" வென அலறிக்கொண்டே, "வலிக்குதுடி" என்று சிணுங்கினான் சோமு. அப்படியே அவள் கூந்தலில் முகம் புதைத்தவன், "சீகக்காய் தேய்ச்சி குளிச்சியா? வாசனையா இருக்குடி" என்று ஆழமாக இழுத்து சுவாசித்தான்.

"பொழுதானைக்கும் வேலை வேலைன்னுதான் அவதியா நிக்கிறீங்க! நான் வந்தது கூடத் தெரியாம அப்படி என்னங்க யோசனை?" என்பவளைத் தன்பக்கமாக இழுத்து, வசமாக நெஞ்சுக்குள் பொத்திப் பொருத்தி அணைத்துக் கொண்டான் சோமு.

"இல்லடி, காலைல சித்ரா அக்கா வந்துச்சில்ல! காயத்திரிக்கு சடங்கு வைக்கப் போறதா சொல்லுச்சில்ல,

எப்படியும் நாம இரண்டு சவரன் போட்டாகணும். வரிசைத் தட்டு, சீர் செனத்தி, கிடாவெட்டுன்னு அதுக்கு தனியா ஒரு லெட்சம் வேணும். இந்த தடவை நல்ல விளைச்சல்தான். ஆனா, லாபத்துக்கு மீறி செலவு வந்துரும் போல. அதான் யோசிச்சிட்டு இருக்கேன்" என்ற சோமுவின் மீசையைத் திருகியபடியே, "ஏங்க போன தடவை விதைக்கு உளுந்தும், நெல்லும் வாங்குறதுக்கு என்னோட ஐந்து சவரன் தாலிக்கொடிய வாங்கி பேங்க்ல வச்சிட்டீங்க. அறுவடை முடிஞ்சதும் திருப்பித் தரேன்னு சொன்னீங்க. என்னங்க இப்ப இப்படி கணக்கு சொல்றீங்க? நான் வெத்து மஞ்சக் கயித்தோட எப்படிங்க சடங்குக்கு வர்றது? எங்காளுங்கல்லாம் பார்த்தாங்கன்னா அசிங்கமா நினைப்பாங்க. எங்காளுங்கள விடுங்க உங்க அக்காவே தட்டுல பத்திரிகைய வச்சி நீட்டுறப்ப எகத்தாளமா என் கழுத்தையே பார்த்துட்டு இருந்துச்சி தெரியுமா?" எனக் குரல் கம்மக் கேட்டவளை செய்வதறியாது கவலையான முகத்தோடு பார்த்துக்கொண்டே இருந்தான் சோமு.

அவனுக்குத் தெரியும். இது அவளை அழுகைக்குதான் கொண்டு செல்லும். தேம்பித் தேம்பி அழுது கொண்டிருந்த வளை, "இங்க பாரு பைரவி, கொஞ்சம் பொறுமையா இரு. அடுத்த நெல்லு முத்திட்டு இருக்கு. அடுத்த மாசம் அறுவடை பண்ணிடலாம். அப்பறம் முதவேலையா உனக்கு செயின திருப்பித் தர்றதுதான். என் தங்கத்துக்கு செய்யாம வேற யாருக்கு செய்யப் போறேன் சொல்லு. நாளைக்கு வயல வந்து பாரேன். நீ எப்படி என் மேல சாஞ்சிருக்கியோ, அது மாதிரி கதிரு முத்தி ஒன்னோடொன்னு மேல சாஞ்சிட்டு இருக்கு. அதப் பார்க்கிறப்ப உன் நினைப்புதான்டி வருது. வேலையே ஓடமாட்டேங்குது தெரியுமா? நாளைக்கு நீ வந்து பாரேன்" என்று ஏதேதோ சொல்லி பைரவியை சமாதானப்படுத்தத் தொடங்கினான் சோமு.

கொஞ்சம் கொஞ்சமாக சமாதானமடைந்தவள், "சரி, நான் ஏதாவது கவரிங் செயின்ல தாலிய மாத்திப் போட்டுகிட்டு சடங்குக்கு வர்றேன். ஆனா, எனக்கும் மீனுக்குட்டிக்கும் கட்டாயமா நிறைய சலங்கை வச்ச கெட்டி கொலுசு வேணும். புள்ளைக்கு மூணு வயசாகுது. காப்பு கொலுச இன்னும் மாத்தல. என் கொலுசு அரணாக்கயிறு மாதிரி கிடந்துச்சி. அதுவும் முந்தா நேத்து அறுந்து விழுந்துட்டு. அதுனால ரெண்டு பேருக்கும் நிறைய சலங்கை வச்ச கொலுசு வேணுங்க"

என்று கட்டாயமாகச் சொல்லிவிட்டு அவன் உள்ளங்கையில் முகத்தை வைத்துக்கொண்டு உறங்கிவிட்டாள்.

பைரவி பிடிவாதக்காரியெல்லாம் இல்லை. குடும்பத்துக்காக அனுசரித்துப் போகிறவள்தான். அவள் பிறந்த வீட்டில் அவளுக்குப் போட்ட முப்பது சவரன் நகையையும் எப்பொழுது கேட்டாலும் எந்தக் கேள்வியும் கேட்காமல் இவன் கைகளில் கழட்டிக் கொடுப்பவள்தான். பணம் புரளும் வேலைகளில் கூட ஆடம்பரமாக செலவு செய்யாமல் சிக்கனமாகக் குடும்பம் நடத்தி சேமிப்பவள்தான். நிறைய தடவை இவனுக்கு செலவு கையைக் கடிக்கும்பொழுதெல்லாம் அவளது சேமிப்புதான் கைகொடுத்திருக்கிறது. இந்த கஜா புயலுக்கு அப்புறம் தோப்பெல்லாம், அடியோடு பிடுங்கி எறிந்துவிட, முந்திரித் தோப்பு, மாந்தோப்பிலிருந்து வந்து கொண்டிருந்த வருமானங்கள் அடியோடு நின்றுவிட்டன. மொட்டைத் திடலாகக் கிடந்த இடத்தில் இப்பொழுதுதான் விதைகள் துளிர்த்து வர ஆரம்பித்திருக்கின்றன. உளுந்தும், பயறும், நெல்லும் விளைந்தாலும் வருவதும் போவதுமாகத்தான் உள்ளது.

அவனது அக்கா சித்ராவும் லேசுபட்ட ஆளில்லை. எப்பொழுதெல்லாம் சந்தர்ப்பம் கிடைக்கிறதோ அப்பொழுதெல்லாம் பைரவியை மட்டம் தட்டி வம்பிழுப்பதே அவளுக்கு வேலை. வீட்டிற்கு வந்தால் ஏதாவது பைரவியை சொல்லிக்கொண்டே இருப்பாள். ஆனால், தன்னிடம் மிகுந்த பாசமாக இருக்கும் சித்ரா ஏன் பைரவியை மட்டும் சீண்டிக்கொண்டே இருக்கிறாள்? அது தனக்கும் சேர்ந்து இழைக்கப்படும் அவமானம்தானே! இந்தப் பெண்களைப் புரிந்துகொள்ளவே முடியவில்லை. தான் ஏதாவது சீரில் குறை வைத்தால் அது நிச்சயமாக பைரவியின் மீதுதான் கோபமாக மாறும். அதனால் எப்படியாவது நன்றாக சீர் செய்து விடவேண்டும். அதுமட்டுமில்லாமல் எவ்வளவு செய்தாலும் அக்கா குடும்பத்தின் மத்தியில் அது நிறையாத குடம்தான். அவர்கள் இருக்கிற வசதிக்கு என்ன செய்தாலும் தனக்கு ஆஹா ஓஹோவென்றெல்லாம் மதிப்பு கிடைத்துவிடப் போவதில்லை. இருந்தாலும் இருக்கிற மரியாதையைக் காப்பாற்றி வைத்துக் கொள்ளவாவது ஏதாவது கனமாக கட்டாயம் செய்ய வேண்டும். இல்லையெனில் கிடைக்கும் சந்தர்ப்பங்களில் எல்லாம் அக்கா, பைரவி சொல்லிக்

கொடுத்துதான் என் தம்பி இப்படி செய்து விட்டான். என் அப்பா, அம்மா இருந்தா இப்படி நடந்திருக்குமா? என மூக்கை சிந்தி பார்ப்பவர்களிடமெல்லாம் நியாயம் கேட்டுக் கொண்டிருப்பாள். அதுவும் சொந்தக்காரங்களுக்கு சீர் செய்வது பேங்க் லாக்கரில் நகையைப் பத்திரமாக வைத்திருப்பது மாதிரிதான். மீனுக்கு சடங்கு வச்சா அக்கா இரண்டு மடங்கா திருப்பிக் கொடுத்துடும். என்ன என் தம்பியும் நல்ல பாந்தமா பதவுசா இருக்கான்னு ஊர்ல காட்டிக்கணும். தனக்கு படைபலம் நல்லா இருக்குன்னு காட்டிக்கிறா, ராசா மாதிரி இந்தப் பெண்களுக்கு தன் பிறந்த குடும்பம் செல்வாக்குல இருக்குன்னு காட்டிக்கிட்டே ஆகணும். அது அவுங்களுக்கு பலம்.

பைரவியும் பாவம் கொலுசுதானே கேட்கிறாள்? ஏதாவது கணக்கில் சரி செய்து கொலுசு வாங்கிக் கொடுத்துவிட வேண்டும். பைரவியின் அக்காவும் தங்கையும் கழுத்து நிறைய நகையோட திரியறப்ப வெத்துக் கழுத்தும், வெறுங்காலுமா நிக்க இந்தப் புள்ளைக்கும் உறுத்தும்தானே. அவளுகளும் எங்க சும்மா வாய வச்சிட்டு இருக்கப் போறாளுக. உலகத்துலையே தனக்குக் கிடைச்ச புருசன்தான் சக்ரவர்த்தின்னு நிரூபிக்க தன் புருஷன் இதை வாங்கிக் கொடுத்தான், அதை வாங்கிக் கொடுத்தான்னு பைரவிட்ட சொல்ல வேண்டியது. அந்தப் புள்ளை கண்ணைக் கசக்கிட்டு நிக்க வேண்டியது. அடுத்த வேளை சாப்பாடு நிச்சயம் இல்லை. இவளுக போடுற ஆட்டம் இருக்கே. ஆனா, நம்மளும் ஏதாவது நகை, கிகை வாங்கிக் கொடுத்துட்டு இருந்தாதான் பொம்பளையாளுக நம்மள மதிக்குங்க. இல்லைன்னா கடமைக்குன்னு வாழ ஆரம்பிச்சிடுங்க. அதுங்கள மட்டும் என்ன இரும்புலையா செஞ்சிருக்காங்க எது மேலையும் ஆசையே இல்லாம இருக்கறதுக்கு... என எண்ணிக்கொண்டு அவனுக்கு இந்தப் புறமாகத் தூங்கிக் கொண்டிருந்த மீனுக்குட்டியின் கால்களை அமுக்கிவிட்டவாறே, 'பாவம் புள்ள என்னா! ஓட்டம் ஓடுது, வாலுக்குட்டி' என்று முகத்தில் வந்துவிட்ட பூரிப்போடு,

ஆமாம்! பைரவி சொன்னது உண்மைதான். தூங்கிக் கொண்டிருந்த மீனுக்குட்டியின் கால்களில் காப்புக்கொலுசு இறுக்கமாகப் பிடித்து காய்ந்துபோய் கறுப்பு நிறமாக மாறியிருந்தது. இன்றைக்கு குடோனில் உளுந்தைக் கொண்டுபோய்க் கொடுத்துவிட்டு கொலுசு வாங்கி

வந்துவிட வேண்டும் என எண்ணிக்கொண்டே மீனுவை அணைத்துக்கொண்டு உறங்கினான்.

அடுத்தநாள் அதிகாலையிலேயே விரைவாக வயலுக்குச் சென்று திரும்பியவன் கண்டும் காணாமல் செல்லும் பைரவியின் நடவடிக்கைகளைக் கவனித்தான். இரவு முடித்து வைத்த பிரச்சனைகளை திரும்பவும் அப்படியே புதிதாகத் தொடர பெண்களால் மட்டுமே முடியும். எப்படியாவது இவளுக்கு முதலில் கொலுசை வாங்கிக் கொடுத்துவிட வேண்டும். இல்லையெனில் சின்னச் சின்னதாக புறக்கணித்து அவமானப்படுத்திக்கொண்டே இருப்பாள் எனப் புன்னகைத்துக்கொண்டே, “பைரவி, சாப்பாடு போடு. வந்த மழை நல்லவேளை கலைஞ்சிட்டு. நான் உளுந்த தட்டி வியாபாரிட்ட போட்டுட்டு காசு வாங்கியாரேன். நீ கிளம்பிரு, நாம டவுன்ல்ல போயி சடங்குக்கு செயினும், உங்க ரெண்டு பேருக்கும் கொலுசும் வாங்கிட்டு வந்துருவோம்” என்று சொல்லிவிட்டு அவசர அவசரமாக பீரோவைத் திறந்து வேலையாட்களுக்குக் கொடுக்க வேண்டிய பணத்தை எண்ணி பாக்கெட்டில் வைத்துக்கொண்டு கிளம்பத் தொடங்கினான் சோமு.

“சரிங்க. பால் கறந்துட்டு மாட்டுக்கு தண்ணி காமிச்சிட்டு கிளம்பிடுறேன். அங்க கூடத்துல சாப்பாடு எடுத்து வச்சிருக்கேன் பாருங்க. போட்டுச் சாப்புடுங்க, நான் பாப்பாவுக்கு ஊட்டிவிடப் போறேன்” என்று கிண்ணத்தில் சோறையும் ரசத்தையும் எடுத்துக்கொண்டு மீனுவைப் பிடித்து இழுத்து மடியில் வைத்துக்கொண்டு புதிதாகப் பிறந்த சின்ன குழந்தை மாதிரியான ஒரு மகிழ்வோடு கொல்லைப்படியில் அமர்ந்தாள் பைரவி.

திடீரென யோசனையாக சிரித்துகொண்டே கண்கள் மலர, “ஏங்க, டவுன்ல்ல பெரிய ஜுவல்லரி கடை திறந் துருக்காங்களாம். அழகழகான பொண்ணுங்கள்லாம் நிக்குதாம். போனதுமே அவ்வளோ வரவேற்கிறாங்களாம். போறவங்க எல்லாருக்கும் கூல்டிரிங்ஸ் தர்றாங்களாம். அங்க போவோமாங்க? நகைதான் நிறைய வாங்க முடியல. நிறைய டிசைன் பார்கலாம்ங்க. போனவாரம் வித்யா வந்தாள்ல..? ஒரு புது நெக்லஸ் போட்டுருந்தாங்க. அவ்வளவு அழகா இருந்துச்சு. பவுன்ல்ல கொலுசு வாங்கிக் கொடுத்துருகாரு அத்தான். அதைப் போட்டுக்கிட்டு ஒரே சிலுப்பல்” என்பவளைப்

பார்த்து, "சரி சரி" எனத் தலையாட்டியபடியே சாப்பிட்ட கையைக் கழுவிவிட்டு வேண்டுமென்றே நமுட்டாக சிரித்துக் கொண்டே அவள் மேல் நீர்படும்படி உதறிக்கொண்டே போனான் சோமு. "எத்தனை தடவைதான் இந்த ஆம்பளைக்கு கழுவுன கைய மத்தவங்க மேல ஈரம் படுற மாதிரி உதறாதீங்க அது தரித்திரியம்ன்னு சொல்றதோ. எத்தனை தடவை சொன்னாலும் செவுடன் காதுல ஊதுன சங்கு மாதிரி காதுலையே வாங்குறதில்லை" என புலம்பிக் கொண்டிருந்தவளின் முந்தானையை எடுத்து முகத்தைத் துடைத்தவன் விறுவிறுவென செருப்பைப் போட்டுக் கொண்டு எட்டி நடையைப் போட்டான்.

பெரிய ஆடம்பரமான தங்க மாளிகைக்குள் நுழைந்தது போலிருந்தது. அந்த நகரின் மிகப்பெரிய நகைக்கடை. நம் அழுக்கடைந்த பழைய செருப்புகளை அதன் மேல் வைத்து நடக்கவே கூசும் வெல்வெட் விரிப்புகள். வாசலில் நின்று வணக்கம் சொல்லும் பெண்ணே போன வாரம் பார்த்த சினிமாவில் வரும் நடிகையைப் போல் இருந்தாள். அங்கு நிற்க வைக்கப்பட்டிருந்த பொம்மை அணிந்திருக்கும் நகைகளே பல கோடிகள் தாண்டும் போல. ஒருவிதக் கூச்சத்தோடு உள்ளே நுழையும் நம் மீது அவர்கள் காட்டும் அதீதப் பணிவு ஒரு பொறி. நாம் உள்ளே நுழையும் பொழுது எவ்வளவு கம்பீரமாக நடித்தாலும், நம்மை மீறி விழிகளில் தென்படும் மிரட்சியை வைத்தே நம்மிடம் எவ்வளவு பணம் உள்ளதெனக் கணக்கிட்டுவிடுவார்கள்.

மிக நாசூக்காக உடையணிந்த ஒருவர் "வணக்கம் சார். உங்களுக்கு என்ன வேண்டும்" எனக் கேட்டு அருகே வர, "இரண்டு சவரன்களில் தங்கச் சங்கிலியும் கொலுசும் பார்கணும் சார்" என்றான் சோமு.

"ஏங்க, முதல்ல கொலுசு எடுத்துப்போமே" என்ற பைரவியை, "இருடி, அவசரப்படாத நான்தான் வாங்கித் தரன்னு சொல்லிட்டேன்ல்ல" என்றபடி, "சார், நீங்க முதல்ல சங்கிலி காட்டுங்க" என்றான்.

அதற்குள் மீனுக்குட்டி வாசலில் நின்ற பொம்மையைப் பார்க்க வேண்டுமென அடம்பிடித்து அழுக ஆரம்பித்தது. மீனுக்குட்டியை இடுப்பில் தூக்கியபடி, "ஏங்க, நான் வாசல்ல நிக்கிற பொம்மைய மீனுக்கு காட்டிட்டு இருக்கேன்.

நீங்க பொறுமையா வாங்கிட்டு வாங்க. என் அளவுதான் உங்களுக்குத் தெரியுமே! இப்பல்லாம் கொலுசுல கல்லு கூட வச்சி வாங்குறாங்க. பார்த்து வாங்கிட்டு வாங்க" என்றபடி நகர்ந்தாள்.

இரண்டு சவரன் தங்கச் சங்கிலியைப் பார்க்கத் தொடங்கியவனுக்கு காண்பிக்கப்பட்டது எல்லாமே இரண்டரை சவரனாகவே இருந்தது. மேலும் மேலும் ஒவ்வொரு நகையாகக் காண்பிக்கப்பட, காண்பிக்கப்பட, புது நகைகளின் மேல் ஆர்வம் கூடிக்கொண்டே போனது. அக்காவுக்குதான் தன்னை விட்டால் யார் இருக்கா? அக்கா கல்யாணத்தப்பவும், அப்பா பெருசா நகை ஒண்ணும் போட்டுவிடவில்லை. இதுதான் அக்கா வீட்டு முதல் விசேஷம். இப்ப செய்தால் திருப்பி மீனுக்குட்டிக்கு போட்டுவிட்டுப் போகப் போகிறாள் என இரண்டு சவரனுக்குப் பதிலாக இரண்டரை சவரன் நெக்லஸ் எடுத்து பில் போடக் கொடுத்துவிட்டு, அடுத்து மீனுக்குட்டிக்கு கொலுசு பார்க்க ஆரம்பித்தான். நிறைய சலங்கைகள் வைத்து கெட்டிக் கொலுசாக ஒன்றைத் தேர்ந்தெடுத்து வைத்து விட்டு, "இந்தக் கொலுசு எவ்வளவு சார் வரும்?" என்று சோமுவிற்கு நகைகள் எடுத்துத் தந்து கொண்டிருந்த வனிடம் விசாரித்தான்.

"இருங்க சார், ரசீது பார்த்து சொல்றேன்", "இந்தக் கொலுசு பதினைந்து ஆயிரம் வரும் சார்", "பில்லு போட்டரலாமா சார்?", "உங்க பாப்பாக்கு ரொம்ப அழகாருக்கும் சார்", "இந்தக் கொலுசப் போட்டுட்டு உங்க பாப்பா நடந்து வந்தா குட்டித்தேர் அசைஞ்சி வர்ற மாதிரி இருக்கும் சார்" என அடுக்கினான் நகை விற்பனையாளன்.

தான் கொண்டு வந்திருந்த பணத்தையும், வாங்கிய நகைகளையும் மீனுக்குட்டியின் கொலுசையும் ஒப்பிட்டுப் பார்க்கும்பொழுது பைரவிக்கு கொலுசு வாங்க முடியாது எனத் தோன்றியது. என்ன செய்வது என யோசிக்கும்பொழுது வாசலில் ஏதோ சல சலப்புக்கேட்க,

"இருங்க சார், இதோ வந்துடுறேன்" என்று அவ்விடத்திற்கு விரைந்தான் நகை விற்பனையாளன்.

சோமுவிற்கு சட்டென சிறு சலனம் தோன்றியது. அங்கே நிறைய கொலுசுகள் வைக்கப்பட்டிருந்தன. அதில் பைரவி

தேவிலிங்கம் ◆ 103

அளவிற்கு ஒரு ஜோடி கொலுசை எடுத்து வேட்டி மடிப்பில் வைத்து வெளியில் தெரியாமல் சுருட்டி விட்டான்.

ஒரு நிமிட சலனம். அந்த ஒரு நிமிட சலனம்தான் வாழ்க்கையின் அத்தனை தவறுகளுக்கும் காரணமாக அமைந்துவிடுகின்றன. அந்த ஒரு நிமிடத்தைக் கடந்து விட்டால் அந்தத் தவறும் நடக்காமல் தவறிவிடும். ஆனால், கடவுள் தேர்வை அந்த நொடியில்தானே வைத்து விடுகிறார்?

சோமுவிற்கு மூச்சுத் திணறியது. மாட்டிக்கொண்டால் என்ன செய்வது? ஆனால், மாட்டிக்கொள்ளாவிட்டால் இலாபம்தானே! பைரவியை சந்தோஷப்படுத்தலாம் என இரண்டு விதமான எண்ணத்தின் அலைக்கழிப்பில் முழித்துக்கொண்டு அமர்ந்திருந்தான்.

அப்பொழுது சோமுவிற்கு கூல்டிரிங்ஸ் தர வந்த ஊழியர், "மோதிரத்தை அந்த ஆளு திருடப் பார்த்தானாம். அதான் போலீஸுக்கு போன் பண்ணிட்டு இருக்காங்க. கொஞ்ச நேரம் இருங்க தம்பி வந்துருவாங்க" என்றபடி நகர்ந்தான்.

சோமுவிற்கு பகீரென்றது. இடுப்பில் எடுத்து வைத்திருந்த கொலுசை எடுத்துக் குவியலாகக் கிடந்த கொலுசுக் குவியலில் போட்டான். நினைத்துப் பார்க்கவே உடல் நடுங்கியது. உடம்பெல்லாம் கூசியது. எப்படி இவ்வாறு செய்தேன்? என்னை இதேபோல் போலிஸிடம் மாட்டி விட்டார்களெனில் என்ன செய்திருப்பது? வாசலில் நிற்கும் பைரவியும், மீனுக்குட்டியும் என்ன செய்திருப்பார்கள்? ஒருவேளை தான் திருடியது தெரிந்துதான் கூல்டிரிங்ஸ் கொடுப்பவரிடம் மறைமுகமாக எச்சரித்திருப்பார்களோ? அப்பொழுதே அவனுக்கு சாக வேண்டும் போல இருந்தது. அந்த இடத்தை விட்டு உடனடியாக ஓடிப் போக வேண்டும் போல இருந்தது. உடனே பைரவியின் முந்தானைக்குள் முகத்தைப் புதைத்துக் கொள்ள வேண்டும் போல இருந்தது. எழுந்து வாசலில் விளையாண்டு கொண்டிருந்த பைரவியையும், மீனுவையும் நோக்கி நடந்தான். "சார், ஏன் சார் நகை வாங்காமப் போறீங்க? இருங்க சார், வர்றேன்..." என்ற குரல் அவனைத் துரத்தியது.

கைப்புண்

படுத்திருந்தபடியே ஓடுகளுக்கிடையே வெளிச்சத்திற் காகப் பொருத்தப்பட்டிருந்த கண்ணாடியில், வெளிச்சம் தெரிகிறதா எனக் கூர்ந்து பார்த்துக் கொண்டிருந்தாள் ஜெயம். மிகக் குறைவாக வர ஆரம்பித்திருந்த வெளிச்சத்தில் வீட்டிலுள்ள பாத்திரங்களின் விளிம்புகள் கடலோரச் சிப்பிகளாய் மெலிதாக ஒளிர்ந்து கொண்டிருந்தன.

அப்படியே கைகளைத் தலைக்கு மேலே தடவி, மூடியிருந்த லோட்டாவை எடுத்தாள். இரவு குடித்துவிட்டு மீதமிருந்த தண்ணீர் வெளியே சன்னமாகப் பொழிந்து கொண்டிருந்த பனியில் சில்லிட்டிருந்தது. முகத்தைச் சுழித்துக்கொண்டே அந்தத் தண்ணீரை அண்ணாந்து சிறிது வாயில் ஊற்றிக்கொண்டு, சடேரென நிமிர முடியாத முதுகுடன் சற்று குனிந்துகொண்டே தாழ்ப்பாளை விலக்கிக்கொண்டு வாசலுக்கு விரைந்து, வாயிலிருந்த நீரைக் கொப்புளித்துக் துப்பியவள்,

"ஏய் புள்ள சுமதி, எந்திரி எந்திரி. கிழக்கு நல்லா வெளுத்துட்டு. அடுப்பை பத்த வச்சு ஒருவாய் சூடா வரக்காப்பி போடு புள்ள. குளிருக்கு உடம்பு விரைச்சிபோயிரும் போல, நான் அப்படியே விஜயாக்கா வூட்டுத் தோட்டத்தில முல்லைப்பூ பறிக்க கூப்டாங்க, போயிட்டு வந்தா ஒரு மணிநேரத்து வேலைக்கு இருநூறு ரூபா தருவாங்க. காசு என்ன தெருவுலையா கிடக்கு, அதுக்குதான் நாய்படாத பாடு படவேண்டிக் கெடக்கே. அப்படியே அந்த அக்காட்ட

தேவிலிங்கம் ♦ 105

கடனுக்கு கொஞ்சம் கொத்தவரங்கா, சுரைக்காய், கத்தரிக்காய் வாங்கிட்டு வந்து டவுனுல்ல வித்துட்டு வந்தா மணிகண்டனுக்கு அதென்ன மறுபரிட்சைக்கு காசு கட்டிரலாம். எவ்வளவு கஷ்டப்பட்டுப் படிக்க வச்சாலும் அவனோட அப்பன மாதிரியே பொறந்துருக்கு தறுதலை. நேத்திக்கு அம்பது ரூபா செலவு பண்ணி ஆட்டோல கூட்டிட்டுப் போய் அந்த டியூசன்ல, அந்த ஐயா காலுல விழுந்து, என் பேரன எப்படியாவது சேத்துக்கிட்டு பாஸாக்கி விட்டுருங்கய்யா, உங்க புள்ளை குட்டிங்க நல்லாருக்கும்ன்னு சொல்லி விட்டுட்டு வர்றேன். பின்னாடியே வந்துட்டு சனியன். பொம்பளைப் புள்ளைங்களா சுத்திலும் இருக்காம். காரணம் சொல்றான். அப்படியே இங்கிலாந்து இளவரசரு... தனியா வாத்தியாரு வச்சி சொல்லிக் கொடுக்கறதுக்கு" என சத்தமாக பேசிக் கொண்டிருந்தவளை இடைமறித்து, "அம்மா எத்தனை தடவைமா உன்கிட்ட சொல்றது? வாசல்ல நின்னு இப்படிக் கத்துறியே, நம்மூட்டுக் கதைய எல்லாரும் கேக்கணுமா? முதல்ல உள்ள வாம்மா" என சலித்துக்கொண்டே படுத்திருந்த பாயை தலையாணையோடு சுற்றி அங்கிருந்த மரப்பெட்டியின் மேலே வைத்த சுமதி பல்பொடி டப்பாவை எடுத்துக்கொண்டு கொல்லைப்புறம் சென்றாள்.

கோடியக்கரை உப்பு பேக்டரிக்கு வாட்ச்மேன் வேலைக்குச் சென்று டியூட்டி மாற்றிவிட்டு அதிகாலை மூன்று மணிக்குதான் வந்து சுவரோரமாகப் படுத்திருந்த தங்கராசு அம்மாவும் பொண்ணும் பேசிக்கொள்ளும் சத்தத்தில் புரண்டு படுத்தவன், "ஏய் ஜெயா, காலங்காத்தால என்னடி சத்தம்? மெதுவா பேசுங்கடி" எனச் சொல்லிவிட்டு மறுபடி உறங்க ஆரம்பித்தான். அவன் உறக்கம் கலைய எப்படியும் பதினோரு மணி ஆகிவிடும்.

"ஆமா, பெருசா சத்தம்! அப்பாருக்கும் பொண்ணுக்கும் இதான் வேலை. பேக்டரிக்கு வேலைக்கு போறாருன்னுதான் பேரு. கொண்டு வர்றது வாயிக்கும் பத்தல, வயித்துக்கும் பத்தல. நான் குடும்பத்தக் கரை சேக்க பேயா கிடந்து அல்லாடுறேன்" என வாய் ஓயாமல் பேசிக்கொண்டே போனவளின் பார்வை சன்னலின் வழியாக, பக்கவாட்டில் அடைத்திருந்த வேலிக்குச் சென்றது. அப்படியே சுற்றிக்கொண்டு வேலிக்கு வந்தவள்,

"அடியேய் பரமேஸ்வரி, வெளங்குவியாடி நீ! உன் குடும்பம் விளங்குமா? தேவிடியா முண்டை. நேத்து நான்

வியாபாரத்துக்குப் போன பிறகு வேலியடைச்சீங்களே அப்பவே தெரியும்டி, நீங்க இந்த வேலைதான் பண்ணுவிங் கன்னு! இந்த முருங்கை மரத்துக்கு ஒரு அடி தள்ளிதானடி உங்கூட்டு வேலி இருக்கும்? இப்ப என்னாத்துக்கு இப்படி மரத்தை ஒட்டி அடைச்சி வச்சிருக்கிங்க? அடுத்தவன் சொத்துக்கு ஆளாப் பறக்க வேண்டியது. ஏய், அங்க என்ன பண்ற? இங்க வந்து பதில சொல்லுடி" என்றவளின் குரலைக் கேட்டு பிசிறிக் கொண்டிருந்த கூந்தலை நன்கு உதறி கொண்டையைப் போட்டுக்கொண்டே அலட்சியமாக ஜெயாவைப் பார்த்தாள் பரமேஸ்வரி.

"எதுக்கு இப்படி கத்துற? என் குடும்பம் உருப்படாமப் போயிருமா? உன் வாய்க்குதான், வாழவேண்டிய வயசுல புருசன கொரனோவுக்கு காவு கொடுத்துட்டு உன் பொண்ணு ஒத்தப் புள்ளையோட நிக்கிறா. போ அந்தாண்ட! காலையிலையே வந்துட்டா தூக்கிக்கிட்டு. இன்னைக்கு வெளில போற சோலி வேற இருக்கு. நகரு, நான் வேலையப் பார்த்துட்டு வெரசாக் கிளம்பணும்" என்றபடியே ஜெயாவை சட்டை கூடப் பண்ணாது ஓரத்தில் கிடந்த விளக்குமாற்றையும், தண்ணீர் வாளியையும் தூக்கிக்கொண்டு கொல்லைக் கதவைப் படாரென சாத்தி வெறுப்பைக் காட்டிவிட்டு வாசலுக்குச் சென்றுவிட்டாள் பரமு.

அவள் கூறிய சொற்களைக் கேட்டதும் வாயடைத்து நிலைகுத்திய பார்வையோடு உறைந்து சிறிது நேரம் நின்றாள் ஜெயா. அடைகாக்கும் கோழி போல பரமேஸ்வரி சொல்லிச் சென்ற சொற்களின் மேலேயே மனம் குவிந்து கிடந்தது. 'உண்மைதானே! வாழ வேண்டிய வயசுல வாழாம வீட்டுல ஒரு பொண்ணு இருக்கறத விட கொடுமை ஏதாவது இருக்கா? சில நாட்கள்ல வேலை முடிஞ்சி குடிச்சிட்டு வந்து தனியாப் படுக்க தங்கராசு கூப்பிடும்போது சத்தம் வராம பூனை மாதிரி நடந்து போனாலும் வயிறு குழைஞ்சி, தண்ணி ஊத்தாம விட்ட முதல் நாள் சாதம் மாதிரி நொதிச்சிப் போயிடுது. புள்ளை முழிச்சிருந்தா என்ன நினைக்குமோன்னு செத்து சுண்ணாம்பாப் போயிடுது மனசு' என நினைத்துக் கொண்டே நின்றவள் சேவல் கூவிக்கொண்டே இருக்கும் சத்தம் கேட்டதும் கோழிக்கூண்டை திறக்கச் சென்றாள்.

"அம்மா, இந்தாம்மா குடி" என்று சொல்லிக்கொண்டே வரக்காப்பியை நீட்டியவளைப் பார்த்து, "ஏன்டி, பக்கத்து

வீட்டுக்காரி அந்தப் பேச்சு பேசுறா. நீ வூட்டுக்குள்ள என்ன பண்ணுன? ஒரு கைக்கு ஒத்தாசையா வந்து நிற்க வேண்டியதுதான?"

என்பவளைப் பார்த்து, "அம்மா, நேத்தியே சிலிண்டர கொண்டு காசு இல்லாம திருப்பி விட்டுட்டேன். ஈர விறகோட நானே அல்லல்படுறேன். நீ ஏம்மா அங்க போய் வாயக் கொடுக்கிற?" என எங்கேயோ பார்த்தபடி தன்னை அதட்டுகிறவளை கண்களை சற்று இறக்கி கீழ்ப் பார்வையாகக் கூர்ந்து பார்த்தாள் ஜெயம். யாராவது ஜெயத்திடம் வம்புக்கு வந்தால் கோழிக்குஞ்சைத் திருடும் கழுகைக் கொத்திக் கொத்திப் பறந்து விரட்டும் தாய்க் கோழியாய் சீறுபவள் ஏன் இப்படிப் பம்முகிறாள்? என்னாச்சு? என யோசித்தபடி வரக்காப்பியை வாங்கிக் குடித்தவளுக்கு இதமாக இருந்தது.

"எத்தனை பெரிய துக்கமும், ஒருநாள் அதிகபட்சம் இரண்டு நாள் பசி தாங்கும். அப்பறம் வெக்கங்கெட்ட ஈரக்குலை தொண்டையை நனைக்க எதையாவது தின்னத்தான் பாக்கும். எப்ப பசியும் தூக்கமும் மரத்துப் போகுதோ அப்ப மனுசன் மனுசனா இருக்க மாட்டான். சித்த பிரமை பிடிச்சி திரிய ஆரம்பிச்சிடுவான். இது ரெண்டுதான் உணர்வோட இருக்கோங்கறதுக்கு பிரதானம்" என நினைத்துக்கொண்டே அடியில் தூளோடு தங்கியிருந்த கொஞ்சூண்டு வரக்காப்பியை சுவரோரமாகக் குவித்து வைத்திருந்த மணலில் ஊற்றியவள், கொட்டகையில் மடித்து சொருகியிருந்த சிமெண்ட் சாக்கையும் நீல சௌதால் பையில் சுருட்டி வைத்திருந்த வெத்தலைப் பாக்கையும் எடுத்துக்கொண்டு மேற்குப் பக்கமாக இன்னும் பனி விலகாமல் தூரத்திலிருந்து பார்ப்பதற்கு மேகம் பரவிய மலை மாதிரி தெரிந்த சவுக்குத் தோப்பை நோக்கி நடக்க ஆரம்பித்தாள்.

"கண்டக்டர் தம்பி, கோச்சுக்காம வடக்கு வீதிக்கு முன்னாடியே நிப்பாட்டிடுங்க. தலைச்சுமை அதிகமா இருக்கு. பஸ்டாண்டுலேர்ந்து நடந்து வீதியில வந்து காய்கறி விக்கணும்பா" என்று சொல்லிக் கொண்டிருக்கும்போதே விசிலை ஊதி வடக்கு வீதி முனையில் பேருந்தை நிப்பாட்டி இறக்கிவிட்டார்கள். காய்கறி மூட்டையைத் தலையில் வைத்தவள், வேகமாக நடக்க ஆரம்பித்தாள். எதிர் வெயில் அடிக்க ஆரம்பிக்கும் முன்பே தெருவீதிகளில் காய்கறியை

விற்றுவிட்டுக் கிளம்பிவிட வேண்டும். இல்லையெனில் முகத்தில் வெயில் பட்டு களைப்பாகி தலைச்சுமையோடு வெறும் வயிற்றில் இருப்பது, மயக்கம் வருவது போலாகி விடும்.

தெருமுனையில் நின்றுகொண்டு கோயில் வாசலை எட்டிப் பார்த்தாள் ஜெயா. கோவிலின் இருபுறங்களிலும் பெண்கள் காய்கறிகளை அடுக்கி விற்பனையைத் தொடங்கியிருந்தனர். அவர்கள் நாள்பூராவும் கோவில் வாசலில் அமர்ந்து விற்பனை பார்ப்பவர்கள். சொந்தமாக வீட்டில் காய்கறிகளைப் பயிர் செய்து கொண்டுவந்து விற்பவர்கள். இவளே கடனுக்கு காய்கறி வாங்கி வந்து விற்கிறாள். ஐநூறு ரூபாய்க்கு காய் விற்றால், ஐம்பது ரூபாய் கிடைக்கும். வீட்டுக்குள்ளே இருப்பவர்கள் எளிதில் வெளியே வந்துவிட மாட்டார்கள். வாசலில் நின்று, "அம்மா காய்கறி! காய்கறி" எனக் கூவிக்கொண்டே நிற்க வேண்டும். சில வீடுகளில் என்னமோ பிச்சைக்காரர்களை விரட்டுவது போல விரட்டுவார்கள்.

இது போதாதென வயதான குண்டுக் கிழவன் போல் இருபுறமும் கன்னங்கள் தளர்ந்து தொங்கிக் கொண்டிருக்கும் ஆளுயர நாய் வேறு நாக்கை ஒரு முழத்திற்கு நீட்டிக் கொண்டு கேட்டுக்குள்ளே படுத்திருக்கும். "டாமி ஒன்றும் செய்யாது உள்ளே வா!" என்பார்கள். ஐந்து ரூபாய் வருகிறதேயென உள்ளே சென்றால் நாய் பக்கத்தில் போனதுமே அது சற்று எழுந்து, 'உர்'ரென்று உறுமியபடி இவளைப் பார்க்கும். ஒவ்வொரு தடவையும் அதைக் கடக்கும் பொழுதெல்லாம் வேர்த்து தொடையெல்லாம் நனைந்து விடுகிறது.

"அக்கா, செல்வி அக்கா, நல்ல அளவா எலுமிச்சைப் பழம் இருக்கு. நேத்து கேட்டீங்களே! வாங்கிக்கங்க. உங்க கையால எதையாவது வாங்கி போனி பண்ணிவிடுங்கக்கா" என்று அந்தத் தெருவின் பெரிய வீட்டின் முன்பு நின்று கொண்டு வியாபாரத்தை ஆரம்பித்தாள் ஜெயா.

இன்று சிறிது காய்கள் மீந்து போய்விட்டன. ஆறுகாட்டுத் துறைக்குச் சென்றால் விற்றுவிடலாம். ஆனால், தாயம்மா வீடு தாண்டித்தான் போக முடியும்.

போனவாரம் தாயம்மா வீட்டு வாசலில் காய்ந்துக் கொண்டிருந்த கருவாட்டைப் பார்த்துவிட்டு நாக்கு ஊறியது

தேவிலிங்கம் ♦ 109

ஜெயாவுக்கு. வெள்ளிக் காசுகள் போல வெயிலில் பிளால்கள் மின்னிக் கொண்டிருக்க வெள்ளாம்பொடிக் கருவாடு காய்ந்து கொண்டிருந்தது. வெட்கத்தை விட்டு கடன் கேட்டு நூறு ரூபாய்க்கு கருவாடு வாங்கிவிட்டாள். இன்னும் அதைத் திருப்பித் தரவில்லை. அதனாலேயே ஒரு வாரமாக ஆறு காட்டுத் துறைப் பக்கம் காய்கறி விற்கச் செல்லாமல் இருக்கிறாள் ஜெயா.

அப்படியே எஞ்சியிருந்த காய்கறிகளைச் சுருட்டி கக்கத்தில் வைத்துக்கொண்டு அதிக சுமை தூக்கியதால் மரத்துப் போயிருந்த கைகளை உதறிவிட்டுக் கொண்டே மளிகைக் கடையில் வீட்டுக்குத் தேவையான பருப்பு, எண்ணெய், சிறிது புளி சொல்லிவிட்டு வாசலின் ஓரமாகக் குத்துக்காலிட்டு அமர்ந்துவிட்டாள். மெதுவாக முட்டியை அமுக்கிக் கொண்டிருந்தவளுக்கு எதிரே டீக்கடை கண்ணில் பட்டது. சூடாக பால்டீயும் வெளியே சற்று சிவந்து மொறு மொறுப்பான வடையும் சாப்பிட வேண்டும் போலத் தோன்றியது.

இடுப்பில் சொருகியிருந்த சுருக்குப் பையை எடுத்து பணம் எண்ணியவளுக்கு மனம் சடாரென மாறியது. ‘வேணாம், நாளை குடித்துக் கொள்வோம்’ என சுருக்குப் பையின் கயிற்றை இழுத்தாள். அது அழகாக தாமரை மொட்டாய்க் குவிந்துகொண்டது. ஏன் மனம் அடிக்கடி மாறிக்கொண்டே இருக்கிறது? அரைமணி நேரத்திற்குக் கூட எண்ணங்களும், மனிதர்கள் மேல் வைத்திருக்கும் அபிப்ராயங்களும் நிலையாக இருப்பதில்லை.

வெயில் ஒரு வேட்டைப் புலியின் ஆக்ரோசத்தோடு கூரிய நகங்களால் தென்படுபவர்களைக் கிழித்துவிடுவது போல் பொழியத் தொடங்கியிருந்தது. செம்மண் பாதையில் கால்களை வைத்ததும் மெல்லிசான மணல் புழுதிப் படலமாக எழுந்து, பின் வீழ்வதுமாக ஜெயா வேகமாக நடந்து கொண்டிருந்தாள். இன்று சீக்கிரம் வீடு திரும்பிக் கொண்டிருந்தாள். பசி வயிற்றை எலி போல் சுரண்ட ஆரம்பித்திருந்தது. இந்நேரத்தில் வீட்டில் சுமதி மட்டும்தான் இருப்பாள். அவளும் இருக்கிறாளா குளக்கரைக்கு குளிக்கப் போயிருப்பாளா எனத் தெரியவில்லை. தங்கராசு வேலைக்குப் போயிருப்பான். மணிகண்டன் கம்மாக்கரை மதில் சுவரில் அமர்ந்து, உருப்படாத தருதலையெல்லாம் ஒன்றாகச் சேர்ந்து செல்போனில் ஏதாவது செய்து கொண்டிருப்பார்கள்.

அரை கிராமாவது தங்கம் வாங்கலாம் எனச் சேர்த்து வைத்திருந்த காசில் செல்போன் வேண்டுமென அழுது சாப்பிடாமல் கிடந்து வாங்கியது. அந்த போனில் அப்படி என்னதான் இருக்கோ? இப்ப உள்ள பிள்ளைகளுக்கு ஒரு நிதானமே இல்லாமல் இருக்கிறது. எல்லாம் இந்த போனாலதான். 'சரி, இன்னைக்கு குளிக்கெல்லாம் முடியாது போல, போனதுமே சாப்பிட்டு சித்த நேரம் படுக்கணும் ரொம்ப களைப்பா இருக்கு' என்று எண்ணியபடியே கட்டை விரலும் குதிகாலும் அழுத்தி அழுத்தி ஜெராக்ஸ் காகிதத்தின் நீல நிற அச்சு போலத் தேய்ந்துப் போயிருந்த செருப்பை உதறிவிட்டு கதவில் கை வைத்தவளுக்கு ஆணும் பெண்ணும் முயங்குதலின் ஒலி கேட்டது.

'அடிப்பாவி முண்ட!' என ஆங்காரமாகக் கத்த வாய் எடுத்தவள் அப்படியே விரல்களால் வாயைப் பொத்திக்கொண்டு வராண்டாவை விட்டு வெளியே வந்தாள். 'ஊர் உலகத்துல இல்லாததையா என் பொண்ணு பண்ணிட்டா? இதுல என்ன தப்பு வேண்டிக் கிடக்கு? வாழ வேண்டிய வயசுல தரிசு நிலமா கிடக்கிறவ, எப்படியாவது ஒரு மழை பெஞ் சுடாதான்னு ஏங்குவாதான!' என எண்ணிக்கொண்டே வந்தவளின் கண்களில் ஓரமாக உருண்டு கிடந்த சப்போட்டா பழம் பட்டது. அதை எடுக்கக் கூடத் தோன்றாமல் ஏது இது? நமது பகுதியில் இது கிடைக்காதே எனக் குழம்பிய மனநிலையோடு நடந்து வந்தாள்.

அப்படியே பக்கத்து வீட்டுத் திண்ணையில் அமர்ந்தாள். "ஏ பரமு, ஒருவாய் தண்ணி தா! காலையில ஏதோ ஆத்திரத்தில பேசிட்டேன். மனசுல வச்சிக்காத. சுமதி குளக்கரைக்கு குளிக்கப் போயிட்டு போல. வீடு பூட்டிருக்கு. மயக்கமா வருது" என அழைத்தாள் ஜெயா.

லோட்டாவில் தண்ணீரை எடுத்துக்கொண்டு வந்து, "இத்தாக்கா குடி. உன் மனசு தெரியாதா? ஏதாவது ஒண்ணுனா நீதான் முன்னாடி வந்து நிப்ப. இன்னைக்கு சமைக்கல. மருமக ரேணுவோட அக்காவுக்கு வளைகாப்பு. அதான் நானும் சுரேசும் பைக்குலையே போயிட்டு வந்துட்டோம். அங்க வரிசைத் தட்டுல நிறைய சப்போட்டாப் பழம் வச்சிருந்தாங்க. ரேணு எங்களுக்குக் கொடுத்துவிட்டா. அவ இரண்டு நாள் தங்கிட்டு வர்றேன்னு சொன்னா. இந்தா இந்த சப்போட்டா பழத்தைத் தின்னு. பசி அடங்கும். இந்த சுரேஷ் பய என்னை அவசரமா இறக்கி விட்டுட்டுப் போயிட்டான். எங்கன்னே

தெரியல. கரண்ட்டு பில் கட்டணும். இன்னைக்குதான் கடைசி தேதி" என்று சொல்லிக்கொண்டே போனவளைப் பார்த்து, ஏதோ புரிந்தவாறு தலையாட்டிக் கொண்டு பழத்தைத் தின்ன ஆரம்பித்திருந்தாள் ஜெயா. பழம் சற்று அடிபட்டு நசுங்கியிருந்தது. அதனாலென்ன பசிக்கிறதே..!

உறுமீன்

“பாலு! எதிர்த்த டீக்கடையில மூணு டீ சொல்லேன்” என்று பாலுவை நிமிர்ந்து கூட பார்க்காமல் வேலையில் மும்முரமாக இருப்பதாகக் காட்டிக்கொண்டு, எதிரே ஸ்டூலில் உடல் முழுவதும் பொருந்தாமல் அசௌகரிகமாக மிதிவண்டியின் கேரியரில் ஏற்றப்பட்ட உப்பு மூட்டை போல புட்டங்கள் இருபுறமும் கொஞ்சமாக சரிந்து கொண்டிருக்க, அசைந்து அசைந்து ஸ்டூலின் மையத்தில் சரியாக பொருத்திக்கொள்ள முயன்றவாறே மோதிரங்கள் அடங்கிய டிரேயை பார்த்துக் கொண்டிருந்த பெண்ணைப்பார்த்து,

“அக்கா டீ குடிக்கிறீங்களா? காபி சொல்லவா? இங்க டீ சூப்பரா இருக்குங்க்கா. இஞ்சியெல்லாம் தட்டிப்போட்டு, குடிச்சிப் பாருங்க, பாப்பா உங்க பொண்ணா? டீ குடிக்குமா? பால் சொல்லவாக்கா?” என்று சிரித்த முகமாகக் கேட்டுக்கொண்டிருந்தான் ரத்னவேல்.

எங்கேயோ பார்த்தவாறு ஏதோ யோசனையில் இருந்த பாலு, வேலுவின் குரலுக்கு சட்டெனச் சிறிது அதிர்ந்து நிகழ்காலத்துக்கு வந்தவனாய், “என்ன! என்ன சொன்ன வேலு?” எனப் பதறி தன்னிடம் டீ சொல்லச் சொன்னது உண்மையா என அதிர்ந்து வேலுவைப் பார்த்தான் பாலு.

அங்கே பாதியாக உடைக்கப்பட்ட பானையில் உமி நிரப்பப்பட்டு ஊதுகுழலால் நன்றாக ஊதி, தங்கம் உருக்கப்பட்டுக் கொண்டிருந்தது. சிவந்த நெருப்பில் உருகத்

தொடங்கிய மஞ்சள் தங்கக் குழம்பென கொதிக்கத் தொடங்கிய இதயத்தோடு, யோசனையாக பதில் எதுவும் சொல்லாத வேலுவைப் பார்த்துக்கொண்டே சிறிது தளர்ந்த வேட்டியை அவிழ்த்து நன்றாக முடிந்துகொண்டே டீ சொல்வதற்காக எதிர்த்த கடைக்குச் சென்றான் பாலு.

கடை ஓரமாக வியாபாரத்துக்கு எந்த இடையூறும் இல்லாமல் இரண்டு நாற்காலிகள் போடப்பட்டிருக்கும். அது தினம் ஊரில் நடக்கும் பிரச்சனைகளைப் பற்றி பேசிப் போகும் நண்பர்கள், உதவி கேட்டு வரும் உறவினர்கள், சாயங்கால நேரத்தில் கடையில் உள்ளவர்கள் டீ குடிக்கும் நேரத்தில் வந்து கலந்துகொண்டு கிளுகிளுப்பான கதைகளைச் சொல்லி சிரித்து டீயும் வடையும் இலவசமாக சாப்பிட்டு விட்டுச் செல்பவர்கள், சும்மாவேனும் கடையை எட்டிப் பார்த்துவிட்டுச் செல்பவர்களுக்கானது. அங்குதான் எப்பொழுதாவது பாலு வந்து அமர்வான்.

பாலுவும் ரத்னவேலுவும் பங்காளி வீட்டு அண்ணன் தம்பிகள். பாலுவின் பெரியப்பா பையன்தான் வேலு என்றாலும் இருவரும் நண்பர்கள் போலத்தான் இருப்பார்கள். எங்கு சென்றாலும் இருவரும் ஒன்றாகத்தான் செல்வார்கள், விளையாடுவார்கள். பாலுவின் தந்தை இராமசாமிக்கு ஐந்து பையன்கள். பாலு மூன்றாவது பையன். வேலுவின் தந்தை துரைக்கு ரொம்ப காலம் குழந்தை இல்லாமல் வெகுநாள் கழித்துதான் வேலு பிறந்தான்.

வீட்டிற்கு ஒரே பையன் என்பதால் இருபத்தியோரு வயதிலேயே வேலுவுக்குத் திருமணம் முடிந்து, வரிசையாக மூன்று பெண் குழந்தைகள். வேலுவின் அப்பா, வேலுவுக்குப் பெண் பார்த்தபோது பெருகிக் கிடந்த சொத்தனைத்தையும் நிர்வாகம் பார்க்கும் பெண்ணாகத் தேடினார். அழகுக்கு முக்கியம் தரவில்லை. வயது குறைந்த பெண்ணாக இல்லாமல் வேலுவின் வயதிற்குச் சமமான வயதுடைய பெண்ணாகத் தேர்ந்தெடுத்து திண்டுக்கல்லிலிருந்து பெண் பார்த்து திருமணம் செய்து வைத்தார்.

இரண்டு அண்ணன்களுக்கும் திருமணமாகி, மூன்றாவதாக பாலுவின் முறை வரும்போது, மூன்று குழந்தைகளுக்குத் தந்தையாகியிருந்தான் வேலு. இருப்பினும் இரண்டு பேரும் மிக நெருங்கிய நண்பர்கள் போலவே இருந்தனர். இருவருக்குள்

எந்த ஒளிவு மறைவும் இருந்தது கிடையாது. பாலுவின் மனைவி கமலா, வயதில் மிகச் சிறியவள், கிராமத்து பெண், அழகி. கணவன் பட்டறை வேலை செய்து கொண்டுவரும் குறைந்த பணத்தில் குடும்பம் நடத்திக்கொண்டு அழகான மூன்று பெண் குழந்தைகளைப் பெற்று வளர்த்துக்கொண்டு, வருமானம் கையைக் கடிக்கும்பொழுது மாடு வளர்த்து, பால் கறந்து, விற்று கட்டுச்செட்டாக குடும்பத்தைக் கரையேற்றிக் கொண்டிருக்கிறாள்.

சென்ற வருடம் திருவிழாவுக்கு மூன்று பெண் குழந்தைகளையும் கூட்டிக்கொண்டு நாகப்பட்டிணம் நெல்லுக்கடை மாரியம்மன் கோவில் திருவிழாவுக்குச் சென்று வந்தாள் கமலா. அங்குதான் கமலாவின் அக்கா ராணி இருக்கிறாள். ராணியின் கணவன் அங்கு மிகவும் பிரபலபமான நகைக்கடையில் வேலை பார்த்து வந்தான்.

திருவிழாவுக்கு வந்த நகைக்கடை முதலாளியின் மனைவி சியாமளா கண்களில் பாலுவின் மூத்த மகள் தாரிணி தென்பட்டிருக்கிறாள். எத்தனை பெரிய இடம்! எவ்வளவு வசதியானவர்கள்! திடீரென ஒருநாள் வீட்டிற்கு வந்து அவர்களது மகனுக்கு தாரிணியைப் பார்த்து பூ முடித்து நிச்சயதார்த்த நாளைக் குறித்துவிட்டுச் சென்றுவிட்டனர்.

பாலுவிற்கு எதுவுமே புரியவில்லை. எல்லாம் நாடகத்தில் நடப்பது போலிருந்தது. இன்னும் ஒருவாரம்தான் நிச்சயதார்த்தத்திற்கு இருந்தது. கையில் எதுவும் இல்லை. அங்கேயும், இங்கேயும் போட்டுப் புரட்டி தாரிணிக்கு கழுத்தில் போடுவதற்கும், கையில் போடுவதற்கும் கொஞ்சம் நகைகளை செய்து வைத்திருந்தான். பணக்கார சம்பந்தம், நிச்சயதார்தத்தின்போது கல்யாண செலவிற்காக ஒரு ஐம்பதாயிரம் பணமாவது கொடுக்க வேண்டுமென்று சகலை முத்து கட்டாயமாக சொல்லிவிட்டான்.

காலையில் எழுந்ததும் பணத்திற்கு என்ன செய்வதென்று தெரியாமல் வேலுவிடம் கேட்டுப் பார்க்கலாம் என யோசனை தோன்ற காலையில் சாப்பிடாமல் கூட வேலுவின் நகைக்கடைக்கு வந்துவிட்டான்.

என்னதான் மிகவும் நெருக்கமான நண்பர்கள் எனினும் இதுவரை எந்தக் கஷ்டமாக இருந்தாலும் ஒரு பைசா கூட பாலு வேலுவிடம் கேட்டதே இல்லை.

டீக்கடையில் மூன்று டீ சொல்லிவிட்டு கண்ணாடி சீசாவில் கைவிட்டு இரண்டு ஊட்டி வர்க்கிகளை வேலு கணக்கில் சொல்லிவிட்டு எடுத்துக் கொண்டான் பாலு. காலையில் சாப்பிடாமல் வந்தது வயிறு உள்ளே குழைந்து பசிக்கத் தொடங்கியது. இந்தப் பசிதான் எத்தனை மானங்கெட்டது! வேலு தன்னைப் பார்த்ததும் உணவருந்த அழைப்பான் என எண்ணி சாப்பிடாமல் வந்தது எவ்வளவு பெரிய தவறு? பக்கம்தானே என்று நயா பைசா எடுத்து வரவில்லை. இந்தப் பசி எவ்வளவு மானங்கெட்டது என்றால் அவமானப்படுத்தியவனை, அவமானத்தை ஒரு பொருட்டாகவே எண்ணாமல் அவன் காசிலேயே திங்கச் சொல்கிறது. மரத்தடிக்கு கீழே பசியில் உணவருந்தும் வேளையில் இடதுகையில் விழுந்த புறா எச்சத்தைத் தவிர்த்து உண்பது போல என நினைத்துக்கொண்டான்.

எப்பொழுதும் கடைக்கு வந்தால், "வா பாலு" என்று அழைக்கும் வேலு இன்று அழைக்கவே இல்லை. என்ன செய்தோம், ஏன் இவ்வாறு புறக்கணிக்கிறான் என ஒன்றுமே நினைவுக்குள் இல்லை. ஆனால், அவமானப்படுத்திகிறான் என்பது மட்டும் புரிந்தது.

குனிந்து கம்ப்யூட்டர் தராசில் எடை போட்டுப் பார்த்துக்கொண்டிருந்த வேலு அரைக் கண்ணால் பாலு டீக்கடைக்கு செல்வதை பார்த்துக் கொண்டிருந்தான். குழம்பிய முகத்தோடும் சிறிது அவமானத்தோடும் அவன் நகர்ந்து செல்வது வேலுவுக்கு மகிழ்ச்சி அளித்தது. நேற்றிரவு பிரேமா சொன்னது நினைவுக்கு வந்தது.

"ஏங்க, தினமும் உங்களுக்குத் தேவைப்படுதே, அலுக்கவே இல்லையாங்க?"

"இல்லைடி. அப்பறம் எதுக்கு உன்னை உடம்பு முழுக்க நகைய போட்டு அலங்கரிச்சி, எது கேட்டாலும் செஞ்சி கொடுத்து, சாப்பாடு போட்டு வச்சிருக்கேன்? வான்னா வரணும். நில்லுன்னா நிக்கணும். படுன்னா படுக்கணும். புரியுதா? பேசாம வாய மூடிட்டுப் படுடி" என்றவனிடம் இப்பொழுது எதுவுமே பேச முடியாது என்று நன்கு அறிந்திருந்தாள் பிரேமா.

சிறிது நேரம் கழித்து களைத்து தண்ணீர் கேட்டவனிடம் தண்ணீரைக் கொண்டுவந்து கொடுத்துவிட்டு மெதுவாக

ஆரம்பித்தாள் பிரேமா. "ஏங்க, உங்களுக்கு விசயம் தெரியுமா? உங்க தம்பி பாலுவோட பொண்ணுக்கு கல்யாணமாம். நாம நம்ம பொண்ணுக்கு பேசிப் பார்க்கலாம்னு வச்சிருந்தோம்ல்ல நாகப்பட்டிணம் வரன், அந்த இடம்தானாம்ங்கஞ் நம்ப பொண்ணை விட அஞ்சு வயசு இளசு தாரிணி. அதுக்கு என்ன இப்ப கல்யாணத்துக்கு அவசரம்? அதுவும் நம்ப பார்த்து வச்சிருக்கிற இடமேதான் முடிக்கணுமா? உங்க தம்பி இதைப் பத்தி ஏதாவது சொன்னாரா? அந்த கல்லுளி ஊமச்சி கமலா நேத்து வரைக்கும் கொல்லைல வந்து அடுப்பெரிக்க விறகெடுத்துட்டுப் போறா, நானும் வாயத் தொறந்து சொல்லுவா சொல்லுவான்னு பார்க்கிறேன். வாயத் தொறக்கலைங்க. அப்பறம் சௌந்தரவல்லி அத்தை வந்திருந்தாங்க. அவுங்க சொன்னாங்க, பணத்துக்கு ரொம்ப அலைஞ்சிட்டு இருக்காங்களாம். உங்கள்ட்ட கேட்க வந்தாலும் வருவாரு. பணம் கொடுப்பீங்களா, மாட்டீங்களான்னு எனக்குத் தெரியாது நான் சொல்லிட்டேன் அவ்வளவுதான்" என்று கூறிவிட்டு வேலுவின் முகத்தை ஆராய்ந்தாள் பிரேமா. அவன் முகம் இன்னதெனப் புரிந்துக்கொள்ள முடியாத உணர்விலிருந்தது ஜன்னலின் வழியாக படுக்கை அறைக்குள் ஒளிர்ந்து கொண்டிருந்த தெருவிளக்கின் ஒளியில் நன்கு தெரிந்தது.

திரும்பிப் படுத்த பிரேமாவிற்கு பாலுவின் மனைவி கமலாவின் மேல் இனம் தெரியாமல் கோபம் கோபமாக வந்தது. இருப்பதிலேயே அழகானவன் பாலு. தான் திருமணம் செய்து வரும்போதே பாலுவிடம் ஒரு பிரியம் தனக்கு இருந்தது. அவனையும் கட்டிக்கொண்டாள். அழகான மகள்களையும் பெற்றுக்கொண்டாள். இப்பொழுது தன் மகளுக்குப் பார்த்த வரனையும் மகளின் அழகைக் காண்பித்து சாதித்துவிட்டாள். ஆயிரம் சவரன்களைக் கொட்டி வைத்திருக்கிறோம். இங்கே விட்டுவிட்டு அங்கு போய் திருமணம் செய்கிறார்கள் என மனதிற்குள் மருவி மருவி உறங்கிவிட்டாள்.

வேலுவிற்கு பிரேமா கூறியதைக் கேட்டதும் வெகு நேரம் உறக்கம் வரவில்லை. இதுவரை எந்த விசயத்திலும் பாலுவிடம் தோற்கும் இடம் வாய்த்ததே இல்லை. இது முதல் முறை. தன் மகளுக்கு முன்னாடி, இளையவளான பாலுவின் மகளுக்குத் திருமணமா? மெல்லிய வெறுப்பொன்று சிறிது சிறிதாக அனல் வீசிப் பெரிதாகத் தொடங்கியது.

காலையில் பாலு வந்ததுமே காசுக்காகத்தான் வந்திருக்கிறான் என வேலுவுக்கு நன்கு தெரிந்துவிட்டது. இன்னும் சிறிது நேரத்தில் எதுவாவது சொல்லி கைவிரிக்கப் போகிறான் என வேலுவைப் பார்த்தாலே எரிச்சலாக வந்தது பாலுவுக்கு. எப்படியும் தனித்திருக்கும்போதுதான் பணம் கேட்பான். அதனால் இருவரும் தனித்தில்லாமல் யாராவது ஒருவரைக் கூட வைத்துக்கொண்டு ஏதோ ஒன்றைப் பேசிக்கொண்டே இருந்தான் வேலு.

அதன் உச்சமாகத்தான் பாலுவை டீ வாங்கி வரச் சொன்னது. பாலுவும் நிலைமையை நொந்துகொண்டு டீயை வாங்கி வந்து கொடுத்துவிட்டு எதுவும் பேசாமல் போய் நாற்காலியில் அமர்ந்துவிட்டான்.

இன்று வேலுவிடம் பணம் வாங்கினால்தான் சமையல்காரருக்கு, பந்தல்காரருக்கு அட்வான்ஸ் கொடுக்க முடியும். அமாவாசை முடிந்து, வளர்பிறையில்தான் அட்வான்ஸ் கொடுக்க வேண்டும் என கமலா சொன்னாள். மண்டபம் தேவையில்லை. எதிர்த்த செல்லப்பா வீட்டு மாடியில் நிச்சயதார்த்தம் வைத்துக்கொள்ளச் சொல்லிவிட்டார்கள். 'அப்பாடி, மண்டப பணம் மிச்சம்' என எண்ணியவன், தன்பக்கம் பார்க்கிறானா என வேலுவைப் பார்த்தான். அவன் இவனைத் திரும்பிப் பார்க்கவே இல்லை.

காசுக்கு இல்லை என்றாலும் இதுவரை கௌரவத்துக்கு எந்தக் குறைச்சலும் இருந்ததில்லை. இந்த சமூகத்தில் பாலு என்றால், 'தரமா நகை செய்யறவன்' எனப் பெயர் எடுத்தவன். அவன் அப்பா கோவிந்தசாமிப்பட்டர் காலத்தில் அந்த சுற்றுவட்டாரத்திலேயே திருமாங்கல்யம் செய்யணும்னா, அப்பா கைதான் ராசின்னு திருமாங்கல்யம் செய்வாங்களே, அதேமாதிரிதான் இப்போதுவும் பாலுவுக்கு திருமாங்கல்யம் செய்வதில் கிராக்கி இருந்தது. 'காப்பவுன்ல்ல மாப்பவுனு எடுத்துப்பான் பத்தன்'னு சொல்றதெல்லாம் சரிதான்ஞ் அந்த மாப்பவுனுக்கு பொடி ஊதி குப்பை சேர்த்து வாய்க்கால் வெட்டி அலசி எடுத்தா அந்த அலசுன கூலிக்குக் கூட அந்தப் பவுனு கட்டாது. வர்ற காசுல சிக்கனமா சமைச்சி சாப்பிடவே பத்தல. போன வாரம் தங்கராசுபத்தர் நந்தன் குடும்பத்தோட சயனேட் சாப்பிட்டத நினைக்கும்போதே பகீருங்குது. இதுல எங்கோர்ந்துதான் இவனுங்க தண்ணியடிக்க கத்துகிறான்களோ. பாதி பயலுக குடலு அவுஞ்சே செத்துப் போறானுங்கஞ் என

ஏதேதோ நினைத்துக்கொண்டே நிமிர்ந்து நிமிர்ந்து பார்த்தபடி உட்கார்ந்துருந்தான் பாலு.

'மணி ஒண்ணாகிட்டே, வேலு சாப்பிடக் கிளம்பிடுவானே! எப்படி பணம் கேக்கறது? கமலா சொல்லிச் சொல்லி அனுப்புனாளே? எப்படியாவது கையில காலல விழுந்தாவது பணம் வாங்கியாரச் சொன்னாளே! நாம அவனைப் பார்க்கறது இந்நேரம் தெரியாம இருக்குமா? பணம் கேட்க வந்ததத் தெரிஞ்சிகிட்டேதான் பண்றானோ! ச்சே... ச்சே... அப்படி இருக்காது. எவ்வளவு பண்பானவன்! எத்தனை நாள் நமக்கு சோர்ந்திருக்கும் பொழுதெல்லாம் தைரியம் சொல்லிருக்கான்! கேவலம் இந்தப் பணத்துக்காகவா இப்படி செய்வான்? உண்மையிலேயே வியாபார மும்முரத்துல இருக்கான் போல... நமக்குதான் ஏன் இவ்வளவு கௌரவம்? நாமதான் போய் கேட்டுப் பார்ப்போமே...' என்று இருக்கையை சற்று பாலுவின் அருகே போட்டுவிட்டு நகர்ந்தான் பாலு.

அதைக் கவனிக்காதது போல் கல்லாப்பெட்டியின் பூட்டைப் பூட்டி இழுத்துப் பார்த்துக்கொண்டு, "என்ன பாலு, அய்யய்யோ நீ உட்கார்திருந்ததையே மறந்துட்டேன் பாரு. சள்ளை வியாபாரம் ஒண்ணும் பெருசா இல்லை. மெட்டி வியாபாரம் வெட்டி வியாபாரம்பாங்க. மெட்டியும், கொலுசும் பேசிப் பேசி தொண்டை தண்ணி வத்திருச்சி. நூறு ரூபாய் லாபத்துக்குக் கெடந்து அல்லல்பட வேண்டியதா இருக்கு.." என்றபடி ஆசாரியைப் பார்த்து, "ஆசாரி, சாப்பிட்டு வந்து வேலையப் பார்த்துக்கலாம். கிளம்புங்க. காலையிலேர்ந்து கடுமையான பசி, சாப்பிடப் போலாம் எல்லாரும். சாப்ட்டு வாங்க" என்றதும் ஆசாரி ஊதிக் கொண்டிருந்த ஊதுகுழலைக் கிடைமட்டமாக வைத்துவிட்டு செம்புக் கம்பி தங்கக் கட்டிகளை பத்திரமா டிராயரில் வைத்துப் பூட்டிவிட்டு திறந்திருந்த அலமாரிக் கதவில் தொங்கிக் கொண்டிருந்த சட்டையை எடுத்துப் போட்டுக்கொண்டு கிளம்பிவிட்டார்.

பரிதாபமாக அமர்ந்திருந்த பாலு, "இந்தாப்பா வேலு, உன்ட்ட ஒரு நல்ல விசயம் சொல்லணும்பா. நம்ப தாரிணிக்கு நல்ல வரன் ஒண்ணு தகஞ்சிருக்கு. எல்லாம் உனக்கும் பழக்கமான இடம்தாம்ப்பா. வர்ற வியாழன் நிச்சயதார்த்தம் பண்ணலாம்ன்னு பேசிருக்கோம். நீதான் என்னை விடப் பெரியவன். நீதான் வாழ்வாங்கு வாழ்றவன். இராசியானவன்.

நீதான் முன்னாடி நின்னு செஞ்சிவிடணும்ப்பா... அதுதான் எனக்கும் மரியாதை பார்த்துக்கோ" என்றான்.

"அதுக்கென்னப்பா, அதெல்லாம் நிறைவா செஞ்சிடலாம்" என்று இரை வந்து விழுவதற்காக ஒற்றைக்காலில் நிற்கும் கொக்கு மாதிரி பாலுவை அவமானப்படுத்துவற்கான சந்தர்ப்பத்திற்காக உன்னிப்பாக அவனைக் கவனித்துக் கொண்டே நின்றான் வேலு. அவன் உடலமைப்பு கூட தலை சற்று தாழ்ந்து மூக்கை நீட்டிக்கொண்டு முதுகு வளைந்து கொக்கைப் போலவே நின்றது.

சடாரென நாற்காலியிலிருந்து எழுந்த பாலு, வேலுவின் கைகளைப் பிடித்துக்கொண்டு, "எனக்கு ஒரு லெட்சம் பணம் வேணும். உனக்கு சும்மா கொடுக்க இஷ்டம் இல்லேன்னா, பாளவாய் பக்கம் மானாவரி நிலம் இரண்டு மா இருக்கு. அத அடகு வச்சிக்கிட்டு பணம் கொடு. தை மாசம், நிறைய திருமாங்கல்யம் ஆர்டர் வரும். நிலத்த திருப்பிக்கறேன்" என்று கூறினான். டம்ளரில் தண்ணீர் எடுத்துக்கொண்டு வேகமாக வரும்பொழுது நீர் தழும்பி ஊற்றுமே அதுபோல கம்பீரமாக ஆரம்பித்த குரல் இரவல் கேட்டுத் தளும்பி, தழுதழுத்து நின்றது.

அவ்வளவு எளிதில் இவனுக்குப் பணத்தைக் கொடுத்துவிடக் கூடாது. ஆனால், இவனை விட்டு விடவும் கூடாது. சொந்தக்காரர்களிடம் மரியாதை மிக்கவன் இவன் என வியாபார புத்தி கணக்கிட்டது. சட்டெனப் பதறியது போல் நடித்து, "என்ன பாலு, காலையிலேர்ந்து இங்க உட்கார்ந்திருக்க. முன்னாடியே கேட்க மாட்டியா? நீதான் பார்த்தியே வியாபாரமே ஆகல. நீ வேற லெட்ச ரூபாய் கேட்கற. இப்பதான் மதுரை வியாபாரிகிட்ட ஆர்டரும் பணமும் கொடுத்தேன். கொஞ்சம் முன்னாடி சொல்லக் கூடாதா? சரி, சாயங்காலம் வா. வியாபாரம் வருதான்னு பாப்போம். வந்தா உனக்கு பணம் தர்றேன்பா" என்றபடி வாசலை நோக்கி, பாலுவை அலைக்கழிக்க வைத்துவிட்டு அவன் முகம் சோர்வடைவதைக் கண்டு உள்ளுக்குள் மிதப்பாக நடக்க ஆரம்பித்தான் வேலு.

பணம் கிடைக்குமா? கிடைக்காதா? எனத் தெரியாமல் வேலுவை விட்டால் வேறு வழியும் இல்லாமல் யாரிடமும் பணம் கேட்டுப் பழக்கமும் இல்லாததால் என்ன செய்வதென்றே

தெரியாமல், "சரிப்பா சாயங்காலம் கட்டாயம் தந்துடுவியா? உன்னை நம்பிதான் நான் வேற யாருட்டையும் கேக்கல. எனக்கு, உன்னை விட்டா வேற ஆளு இல்லப்பா" எனத் தயக்கம் விட்டுக் கெஞ்சத் தொடங்கினான் பாலு. வேறு வழியே இல்லை எனும்போது கௌரவம் கூரையைப் பிரித்து வெளியே குதித்துவிடும். அனைத்தும் இருக்கும்போதுதான் அவையெல்லாம். காலையிலிருந்து சாப்பிடாமல் இருப்பது வேறு வயிற்றைக் காந்தியது. மயக்கம் வரும் போல இருந்தது. மதிய வெயில் உருக்கிய தங்கமெனச் சிவக்க ஆரம்பித்தது.

வாதை

கொத்துக் கொத்தாக அழகாகத் தொடுத்த மலர்ச்சரம் போலப் பாந்தமாகத் துளிர்த்திருந்த கருவேப்பிலையை அலசி கடுகும், கடலைப் பருப்பும் தாளித்து சிவந்திருந்த எண்ணெய் சட்டியில் உருவிப்போட்டு, சாரணியை வைத்துக் கிண்டவும், சடசடவென சத்தத்துடன் பொரிந்து, விநோதினி மேலே எண்ணெய் லேசாகத் தெறித்தது.

"ஏன்டி, தம்பிக்கோட்டை சிறுக்கி! கருவேப்பிலையத் தாளிச்சா தண்ணிய சுத்தமா உதறிட்டு தாளிக்கத் தெரியாதாடி உனக்கு? கல்யாணம் ஆகி மாமாங்கம் ஆகுது. வாயப் பாரு, வைக்கோல் போர் மாதிரி வளர்த்து வச்சிருக்கா. ஒரு வேலையும் உருப்படியா செய்யத் தெரியாது" என ஆங்காரமாக கத்தத் தொடங்கியது வாழம்பாள் ஆத்தா. விநோதினியின் மாமியாரோட மாமியார்.

விநோதினி லேசாகத் திரும்பி வாழாம்பாளைப் பார்த்துவிட்டு, "வயசு தொண்ணூறு ஆகுது, கண்ணு கொஞ்சவாவது மங்கிருக்கா பாரு. சனியன்! அடுப்படிக்கு எதுக்க கட்டிலப் போட்டுப் படுத்துக்க வேண்டியது, எதை செஞ்சாலும் நொட்ட சொல்றது" என முணுமுணுத்தபடி ஊற வைத்திருந்த குடப்புளியை நன்கு கெட்டியாகக் கரைத்து எண்ணெய் சட்டியில் ஊற்றி இரவு புளிசாதம் கிண்டுவதற்காக புளிக்காய்ச்சல் தயாரிக்க ஆரம்பித்தாள்.

மணி மூன்றாகிவிட்டது. வெயில் வேங்கைப் புலியின் பாய்ச்சலிலிருந்து தணிந்து இரை முடித்த விலங்கெனப் பதவிசாக மாறிக் கொண்டிருந்தது. விநோதினி இரண்டு படி பானையை அடுப்பில் வைத்து பச்சரிசியைக் களைந்து பானையில் போட்டவளுக்கு, அரிசியின் மீது வீசிய மணல் வாசனை அள்ளித் திங்கத் தூண்டியது. படக்கென ஒரு பிடி அரிசியை வாயில் போட்டு மென்றவள் நைசாகத் திரும்பி வாழாம்பாளைப் பார்த்தாள். நல்லவேளை, கிழவி திரும்பிப் படுத்திருந்தது. இல்லையேல் அரிசியை வாயில் போட்டதற்கு, 'காச் மூச்'சென கத்தத் தொடங்கிவிடும்.

"அக்கா, எதுக்குக்கா போனடிச்சி சீக்கிரம் வரச் சொன்னீங்க? சீக்கிரம் சொல்லுங்க. எதுக்க உமாக்கா வீட்ல மாவு மில்லுக்குப் போகச் சொன்னாங்க. நீங்க போன் பண்ணீங்களேன்னு ஒளிஞ்சி ஒளிஞ்சி வர்றேன்க்கா" என்று சொன்னபடி புடவை மடிப்பை இழுத்து இடுப்பில் சொருகியபடி முற்றத்தில் இறங்கிப் பாத்திரங்களை விளக்க முற்படுபவளைப் பார்த்துச் சிரித்தபடியே,

"துர்கா, அப்பறமா பாத்திரம் விளக்கலாம். இங்க வா. முதல்ல அங்க மேசை மேல எடுத்து வச்சிருக்கிற பட்டுப் புடவையையும், ஜாக்கெட்டையும் இஸ்திரி போடக் கொடுத்திட்டு வா. ஒரு மணி நேரத்துல வேணுமின்னு சொல்லு" என்றவளைப் பார்த்து, "எங்கக்கா போறீங்க? வெளியூரா? காலையில வேலைக்கு வந்தப்ப சொல்லவே இல்லை. அப்பாடி, இந்த அய்யனாரு இப்பயாவது கண்ணு தொறந்தாரே, நானும் பத்து வருசமா இந்த வீட்ல வேலை பார்க்கிறேன், ஒரு விசேசத்துக்கு கூட உங்கள அனுப்பாது உங்க மாமியாரு. பெரிய மருமக செகப்புத் தோலா இருக்குன்னு அதத்தானே அனுப்பும்? எனக்கே உங்களப் பார்த்தா பாவமா இருக்குங்க அக்கா. பொழுதானைக்கும் அடிப்படியில கிடந்து நோகுறீங்க. ஒரு நல்லது கெட்டதுக்குக் கூட வெளி உலகத்துக்குப் போகறதில்லை நீங்க. சந்தோஷமா போயிட்டு வாங்கக்கா" என்று உண்மையிலேயே உள்ளன்போடு கூறுபவளைப் பார்த்துப் புன்னகைத்தாள் விநோதினி.

துர்கா சொல்வதிலும் உண்மை இருக்கத்தான் செய்கிறது. சேகருக்கு நிறைய இடங்களில் தேடியும் பெண்ணே கிடைக்காததால்தான், நிறம் குறைச்சலாக, அதிகம் படிக்காத

தன்னை இந்த வீட்டுக்கு இரண்டாவது மருமகளாகத் தேர்ந்தெடுத்தார்களோ என்ற சந்தேகம் விநோதினிக்கும் அவ்வப்போது வருவதுண்டு.

எந்தப் பெரிய மனிதர்கள் வீட்டிற்கு வந்தாலும் விநோதினிதான் காபி போடுவாள். ஆனால், அதை அவர்களிடம் கொண்டு போய்க் கொடுப்பது அவளது பெரிய ஓர்படியாள் நிவேதாவாக இருக்கும். எத்தனை விருந்தாளிகள் வந்தாலும் சமைப்பது விநோதினியாக இருக்கும். இவள் அத்தனை சிரமப்பட்டு சமைத்து வைத்திருப்பதை எடுத்து அனைவருக்கும் பரிமாறுவது நிவேதாவாக இருக்கும்.

கல்யாண வீடுகள், விசேச வீடுகள் அனைத்திற்குமே மாமியாரும் நிவேதாவும்தான் சென்று வருவார்கள். அத்தகைய சமயங்களில் அவர்களுக்குத் தோதாக வீட்டு வேலையையும், மாடுகளையும், குழந்தைகளையும், வாழாம்பாள் ஆத்தாவையும் பார்த்துக்கொள்ள வேண்டும் என சாக்கு சொல்வார்கள். அவர்களிடம் ஒன்றுமே சொல்ல முடியாது. தன் கணவன் சேகர் அனைவருக்கும், 'எடுப்பார் கைப்பிள்ளை' எனத் தெரிந்துகொண்டு முடிந்தவரை அமைதியாகவே இருப்பாள் விநோதினி.

"சத்தம் போட்டுச் சொல்லாத துர்கா. இது யாரு காதுலையாவது விழுந்தா உன் சீட்டைக் கிழிச்சிருவாங்க. பெண்ணுக்கு பெண்தான் முதல் எதிரி. ஆண்கள் ஆணாதிக்கமா இருக்காங்களோ இல்லையோ தெரியலை. ஆனா, ஆணாதிக்க மனப்பான்மையுள்ள பெண்கள்தான் பெண்கள அதிகமா கொடுமைபடுத்துறாங்க. அவுங்கதான் ஆண்கள் இந்த வேலைகளை செய்யணும் இதெல்லாம் செய்யக் கூடாதுன்னு பாகுபாடு பார்க்கிறது. அவுங்க வளர்க்கிற ஆண் குழந்தைகள் அதே ஆணாதிக்க மனப்பான்மையோடு வளருதுங்க. அதே மாதிரி பெண்கள்தான் மத்த பெண்களை ரொம்ப கீழ்தரமாப் பேசறதும் உருவக்கேலி பண்றதும். பெண்களோட வளர்ச்சி சில ஆணாதிக்க மனப்பான்மையுள்ள பெண்களுக்கே பிடிக்கறதில்லை தெரியுமா? சரி விடு, நம்ம வேலைக்கு வருவோம். தலைக்கு மேல அத்தனை வேலை கிடக்குது. அத்தையோட அண்ணன் சென்னையில இருக்கார்ல, அவரோட பையனுக்கு நாளைக்கு சென்னையில நிச்சயதார்த்தம். பெரிய அக்காதான் போக வேண்டி

இருந்தது. அவுங்களுக்கு திடீர்னு ஒரே வயித்துப்போக்கு, வாந்தி. அதான் நாங்க போறோம். நேத்து அத்தையும் மாமாவும் சென்னைக்குப் போயிட்டாங்க. இன்னைக்கு எட்டு மணி பஸ்சுக்கு நாங்க கிளம்பறோம் துர்கா. சாதம் வடிச்சி புளிக்காய்ச்சல் போட்டுக் கிளறி, புளிசாதம் செய்து வச்சிட்டுக் கிளம்பறேன். நாளைக்கு இரவு அங்கேர்ந்து கிளம்பி இங்க வந்துடுவோம். நாளைக்கு ஒருநாள் நீ சீக்கரமா வந்து பொறுப்பா வீட்டப் பார்த்துக்க. நாளான்னைக்கு ஓடி வந்துருவேன். சரியா?" என்றவளைப் பார்த்து தலையாட்டியபடியே மேசை மேலிருந்த குங்கும வர்ண பட்டுப்புடவையை இஸ்திரி போடுவதற்காக கையிலெடுத்துக் கொண்டு நகர்ந்தாள் துர்கா.

வயிற்றுப்போக்கு காரணமாக நிவேதா புளிசாதம் சாப்பிட முடியாயாதாகையால் அவளுக்கு கஞ்சி சாதம் வைத்தவள், தனக்கும் கஞ்சி சாதமே வைத்துக்கொண்டாள். பேருந்தில் போகும்போது தண்ணீர் தாகமெடுக்கும் என்று எண்ணிக்கொண்டு தண்ணீர் நிறைய ஊற்றி விநோதினிக்கும் கஞ்சி சாதமே தயார் செய்து வைத்துக்கொண்டாள்.

மணி கிடுகிடுவென ஓடத் தொடங்கியது. கடையிலிருந்து விரைவாக வீடு திரும்பிய சேகர், அவனுக்கும் யுகேந்திரனுக்கும் தேவையான உடைகளை எடுத்துப் பெட்டியில் வைத்துக் கொண்டிருந்தான். ஒருநாள் பயணமாக இருந்தாலும் யுகேந்திரனுக்கும், சுவாதிக்கும் தேவையான வாந்தி மருந்து, காய்ச்சல் மருந்து முதலியவற்றைத் தனியாக ஒரு பையில் எடுத்து வைத்துக்கொண்டே, "விநோதினி, யுகேந்திரனுக்கு ஆறு வயசாகுது. சுவாதி பாப்பாக்கு இரண்டு வயசாகுதுல்ல. இரண்டு பேருக்கும் காய்ச்சல் மருந்து தனித்தனியா எடுத்து வைக்கணுமா? இல்ல, ஒரே மருந்து கொடுத்துக்கலாமா?" எனக் கேட்ட சேகரிடம், "அதெல்லாம் நான் வந்து எடுத்து வச்சுக்குறேன். நீங்க உங்களோட ஆடைகளை மட்டும் எடுத்து பெட்டியில் வச்சிட்டு, மாட்டுக்கு இன்னைக்கு மட்டும் தண்ணியக் காட்டிடுங்க நேரமாச்சி. நான் கிளம்பணும்" என்றபடியே அறைக்குள் நுழைந்தாள் விநோதினி. "ஏங்க, நான் சன்னலோரம் உட்கார்ந்துக்கறேன். எனக்கு வேடிக்கை பார்த்துட்டே வர்றது ரொம்ப பிடிக்கும்ங்க. அதுவும் இளையராஜா பாட்டு கேட்டுக்கிட்டே வேடிக்கை பார்த்துட்டு

வர்றது எவ்வளவு நல்லாருக்கும் தெரியுமா? போகிற வழியில மசாலா சுண்டல் வித்தா வாங்கித் தர்றீங்களா? வீட்டுல எப்படி செய்தாலும் அந்த வாசனை, ருசி வரவே மாட்டேங்குது" என்றவளைப் பார்த்து சிரித்துக்கொண்டே, "அடிப்போடி இங்க எட்டு மணிக்கு பஸ்ல ஏறுனா காலைல ஆறு மணிக்குதான் சென்னை போவோம். வழியில ஒண்ணுமே இருக்காது. பஸ் போற சத்தம் மட்டும்தான் கேக்கும். நீயும் வெளில போனதே இல்ல. நீ சென்னையில வந்து என்ன கேக்கறீயோ, எது வேணாலும் வாங்கித் தர்றேன் வா" எனப் புன்னகையுடனும், காதலுடனும் சொன்னவனைப் பார்த்து கன்னத்தில் ஆழமாக முத்தமொன்றை வைத்துவிட்டு துணிமணிகளை எடுத்து வைக்கத் தொடங்கினாள் விநோதினி.

பேருந்து புறப்படத் தயாராக நின்றது. கண்டக்டரிடம் டிக்கெட் கொடுத்ததும் சீட்டை சரி பார்த்து சேகரையும் யுகேந்திரனையும் பேருந்தின் பின்பகுதியிலும், விநோதினியைப் பேருந்தின் முன்பகுதியிலும் அமர வைத்தார் கண்டக்டர். சுவாதி விநோதினியின் மடியில் அமர்ந்து கொண்டது. விநோதினியின் அருகில் அந்த ஊரின் கிறிஸ்துவப் பள்ளியின் தாளாளர் ஏஞ்சலின் சிஸ்டர் அமர்ந்திருந்தார். யுகேந்திரன் அந்தப் பள்ளியில்தான் படித்துக் கொண்டிருந்தான்.

ஒருவழியாக பேருந்து கிளம்பியது. அப்பாடாவென சீட்டில் சாய்ந்துகொண்டு சுவாதியையும் நெஞ்சில் சாய்த்துக் கொண்டு எல்லாம் சரியாக எடுத்து வைத்திருக்கிறோமாவென யோசித்துப் பார்த்தாள் விநோதினி. எல்லாம் சரியாக இருப்பதாகப் பட்டது. குழந்தைக்கு நாப்கின் போட்டோமா என சந்தேகம் வர, கவுனைத் தூக்கி கையை வைத்துப் பார்த்தாள் விநோதினி. நாப்கின் போடப்பட்டிருந்தது. அப்பாடா, இனி தூங்கலாம் என நினைத்துக்கொண்டே புடவையை இழுத்துப் போர்த்திக்கொண்டாள். குளிரெடுக்க ஆரம்பித்திருந்தது. இவளது சன்னல்கள் மூடியிருந்தாலும் முன் சீட்டில் திறந்து வைத்திருந்த சன்னல்களின் வழியாகப் பனிக்காற்று வேகமாக வீச ஆரம்பித்தது. மூன்று மணிநேரம் சென்றிருக்கும். தூங்கிக் கொண்டிருந்தவளுக்கு திடீரென விழிப்பு வந்தது.

விநோதினி இதுவரை பேருந்தில் இரவில் இவ்வளவு தூரம் பயணித்ததே இல்லை. கணவன் இல்லாமல் தனியாக உட்காந்திருந்தது வேறு ஏதோ ஒரு மாதிரி இருந்தது.

பயணம் செல்லும் அவசரத்தில் எடுத்து வைத்திருந்த கஞ்சி சாதத்தை தண்ணீரில் கரைத்துக் குடித்துவிட்டு வந்திருந்தாள். அது வயிற்றை உப்பிக்கொண்டது. விநோதினிக்கு இரவுப் பயணங்களில் தண்ணீர் பொருட்கள் சாப்பிடக் கூடாதெனத் தெரிந்திருக்கவில்லை. நேரமாகிவிட்ட காரணத்தால் அவசரத்தில் அவள் சிறுநீர் கழிக்கவும் மறந்துவிட்டு வந்திருந்தாள்.

போதாக்குறைக்குப் பேருந்தின் குளிர்காற்றும் சேர்ந்து கொண்டு விநோதினிக்கு சிறுநீர் கழிக்க வேண்டுமென உணர்வு வந்தது. திரும்பி கணவனை எட்டிப் பார்த்தாள். விளக்கணைக்கப்பட்ட பேருந்தில் அவன் இருக்குமிடமே தெரியவில்லை. விநோதினிக்கு இப்படியான பிரச்சனை இதுவரை ஏற்பட்டதே இல்லை. அவளது பிறந்த வீடு இருபது கிலோ மீட்டர் தூரத்திற்குள்ளேயே இருப்பதால் அவளுக்கு இந்தப் பிரச்சினை புதிது.

"சிஸ்டர், இந்த பஸ் எப்ப சென்னைக்குப் போகும்னு தெரியுமா?" எனப் பாதி தூக்கத்திலிருந்த ஏஞ்சலின் சிஸ்டரைக் கேட்டாள் விநோதினி.

"என்ன இப்படி கேக்கறீங்க? பஸ் இப்பதான் கிளம்பி மூணு மணிநேரம் ஆகுது. இன்னும் ஐந்து மணிநேரம் இருக்குங்க. என்ன விசயங்க? ஏன் கேக்கறீங்க?" என்ற ஏஞ்சலின் சிஸ்டரிடம்,

"அவசரமா பாத்ரூம் போகணும் சிஸ்டர். வயிறு உப்பிட்டு வருது" என்றாள் விநோதினி.

"புரியுதும்மா. நான் வேலை விசயமா வாரத்துல இரண்டு தடவை சென்னை வர்றேன். என்னைக்கு நான் கிளம்பரேனோ அன்னைக்கு மதியத்திலிருந்தே தண்ணீர் ஆகாரமோ தண்ணீரோ குடிக்கமாட்டேன். எவ்வளவு தாகமெடுத்தாலும் உதட்டை நனைச்சிப்பேன். அப்படியே பேருந்து எங்கையாவது நின்றாலும், ஒரு வெட்டவெளியில நிப்பாட்டுவாங்க. தனியா இறங்கிப்போய் சிறுநீர் கழிச்சிட்டு வர ரொம்ப அவதியாகிடும். சில நேரங்கள்ல இந்தப் பிரச்சனைனால கண்ணீரே வந்துடும். அதுனால வயசாக, வயசாக என்னால சிறுநீரைக் கட்டுப்படுத்த முடியாம, சென்னை வரும்போது பெரியவர்கள் பயன்படுத்துற நாப்கின் போட்டுட்டுதாம்மா வர்றேன். கொஞ்சம் பொறுத்துக்கோம்மா" எனச் சொல்லி

விட்டு நிறுத்தியிருந்த தூக்கத்தைத் தொடர ஆரம்பித்தார் ஏஞ்சலின் சிஸ்டர்.

பேசிக்கொண்டிருக்கும்போது கூடத் தெரியவில்லை. பேச்சு சுவாரஸ்யத்தில் உடலின் பிரச்சனை முதன்மையாகத் தோன்றவில்லை. அமைதியாக இருந்ததும் உடனே சிறுநீர் கழிக்க வேண்டுமென்ற அவஸ்தை மீண்டும் தொடங்கியது. அவளால் சமாளிக்க முடியவில்லை. அடிவயிறு மிகக் கனமாக உப்பிக்கொண்டு சுருக்கு சுருக்கெனக் குத்த ஆரம்பித்தது. மயக்கம் வந்துவிடும் போல் இருந்தது. பேருந்து வேகமெடுக்க ஆரம்பித்து குளிர்காற்று வேகமாக, வேகமாக விநோதினிக்கு அவஸ்தை கூடியது.

என்ன செய்வதென்றே தெரியவில்லை. இவளது மொபைல் போனும் சேகரிடமே மாட்டிக்கொண்டது. சத்தம் போட்டுக் கூப்பிடலாம் எனில் இத்தனை பேருக்கு நடுவில் பேருந்தை நிப்பாட்டி நடுக்காட்டில் தான் சிறுநீர் கழிக்கப் போகிறோம் என அறிவிப்பது அவமானமாகப்பட்டது அவளுக்கு. தொடையை இறுக்கி வயிற்றை எக்கிப் பிடித்துக்கொண்டு சுவாதியை அடிவயிற்றில் அழுத்தி வைத்துக்கொண்டு பயந்துகொண்டே அமர்ந்திருந்தாள் விநோதினி.

அவளுக்கு நேரம் ஆக ஆக பயம் அதிகரித்தது. பேருந்து ஏதாவது கல்லில் ஏறி இறங்கினால் கூட புடவையில் சிறுநீர் கழித்துவிடுவோம் எனப் பதற்றமாகியது. சன்னல் வழியாகப் பார்க்கும்பொழுதெல்லாம் ஏதேனும் ஒரு ஆண் சர்வ சாதாரணமாக ரோட்டோரத்தில் சிறுநீர் கழித்துக் கொண்டிருப்பது வேறு இவளுக்குப் பெண்ணாக பிறந்துவிட்டோமே எனக் கழிவிரக்கத்தை ஏற்படுத்தியது. உடையில் சிறுநீர் பிரிந்து எந்நேரத்தில் அவமானப்படப் போகிறோம் என பதற்றம் உருவானது.

ஞாபகத்தில் இருக்கும் கடவுளையெல்லாம் வேண்டத் தொடங்கினாள். காடந்தேத்தி அய்யனாருக்கு கிடா வெட்டுவதாக வேண்டிக் கொண்டாள். மயக்கம் வருவது போலிருந்தது. ஒருவழியாக ஏதோ ஒரு நிறுத்தத்தில் பேருந்து நிறுத்தப்பட்டது. சேகர் எழுந்து வந்து இவளை டீ குடிக்க அழைத்தான். சமாளித்துக்கொண்டு சுவாதியைத் தூக்கிக்கொண்டு எழுந்து படிகளில் இறங்கியவளுக்கு கட்டுப்பாடு மீறி சிறுநீர் பிரிந்தது. பின்னால் இறங்கிய

சேகரிடம் "சுவாதி பாப்பா பாத்ரூம் போயிருச்சிங்க, பாவம் குளிருதுல்ல... பச்சப்புள்ள என்ன செய்யும்? அதான் உடையிலேயே போயிருச்சி, பாருங்க என் உடையும் நனைஞ்சிட்டு" என்றபடி டீக்கடையை நோக்கிச் சென்றாள் விநோதினி.

ஞானத்தின் ஃபார்முலா

1

அந்த ஆராய்ச்சி நிலையக் குடுவைகளில் கலந்து கொண்டிருக்கும் கரைசல்கள், குடுவைகளின் ஓரங்களில் பட்டு மீளும் மிக மெல்லிய சப்தத்தை தவிர அங்கு வேறு ஒலி கேட்கவே இல்லை. அங்கு பணிபுரிந்து கொண்டிருக்கும் ஐம்பது பேரும் ஏதேனும் ஒரு கரைசலைக் கலந்துகொண்டோ, மைக்ரோஸ்கோப் வழியாக எதையேனும் ஒன்றைப் பெரிதாக்கிப் பார்த்துக்கொண்டோ, அமிலக் கரைசலில் ஏதேனும் உலோகத்தையோ தனிமத்தையோ கரைத்து, ஆராய்ச்சி செய்து கொண்டிருந்தார்களே தவிர ஒருவர் முகத்தை ஒருவர் கூட நிமிர்ந்து பார்த்துக் கொள்ளவில்லை. அப்படியே நான்காவது வரிசையில் உயரமாக, இலேசாக வளர்ந்திருந்த தாடியோடும் பெரிய கண்களில் அணியப்பட்ட கண்ணாடியோடும் ஒழுங்கற்ற வடிவமுள்ள நிறைய துளைகள் உள்ள உலோகத்தின் மீது துளித்துளியாக ஏதோ ஒரு அமிலத்தை வைத்து அதன் நிறம் நொடிக்கு, நொடி மாறுபடுவதை உற்றுப்பார்த்துக் கொண்டே இருந்தான் சித்தார்த். இந்த ஆராய்ச்சிக் கூடத்தின் ஆராய்ச்சியாளர்களில் புதிதாக வந்து சேர்ந்து கொண்டவன். ஆராய்ச்சிக்கான படிப்புகளில் முனைவர் பட்டம் பெற்றவன். நாசா வரை, இவனது குறிப்பிடத்தக்க ஆராய்ச்சிகளில் பேசப்படுபவன். நாத்திகவாதி. கடவுளை சந்தர்ப்பம் கிடைக்கும் பொழுதெல்லாம்

மறுத்துக்கொண்டே இருப்பவன். அவனுக்கும் அவன் மனைவி ரோகிணிக்கும் ஒத்துவராத ஒரே விசயம் கடவுள்தான். ரோகிணி கடவுளை எவ்வளவு நேசிக்கிறாளோ, அந்தளவுக்கு சித்தார்த் கடவுளை வெறுத்து அறிவியலை நிலைநாட்ட முற்படுபவன். வரலாற்றுப் பொருட்களை ஆராய்ச்சி செய்பவன் என்பதால் வரலாற்றுக் கதைகளின் அடிப்படையில் அதன் ஆசிரியர்களின் நம்பகத்தன்மைக்கு ஏற்றவாறு சிறிய பொருட்கள் கிடைத்தாலும் அதனைத் தீவிரமாக ஆராய்ந்து பார்ப்பவன். அந்தப் பொருளைப் பற்றி உலகிற்குத் தெரிவிப்பது இரண்டாம் பட்சமாக இருப்பினும், அவனுக்கு முதலில் உண்மைகள் தெரிய வேண்டும். வரலாற்றின் வழியாக இந்தப் பூமியும் அதன் தொடக்கமும் எவ்வாறு இருந்திருக்குமென யோசித்துக்கொண்டே இருப்பவன். அந்த வரலாற்றின் வழியே உண்மையை அறிந்து அறிவியல்தான் பெரிது என நிரூபிக்க போராடிக் கொண்டிருப்பவன். போதாததற்கு சமீபத்தில் கண்டறியப்பட்ட, 'ஹிப்ஸ்போசான்' என்றழைக்கப்பட்ட கடவுள் துகளின் கண்டுபிடிப்பும் சித்தார்த்தின் மனைவி ரோகிணியின் அதீத முருக பக்தியும் எப்படியாவது இந்த கடவுள் எல்லாம் பொய் எனக் கண்டுபிடித்து நிரூபித்துவிட வேண்டும் என மனதில் கங்கணம் கட்டிக்கொண்டு இராப்பகலாக இவன் ஆராய்ச்சிக் கூடத்திலேயே கிடப்பதற்குக் காரணிகளாக அமைந்தன. கடும் உழைப்பாளி. வேலை என வந்துவிட்டால் வேறு எதைப் பற்றியும் அவன் கவலைப்பட மாட்டான்.

போன வாரம் அந்த ஆராய்ச்சிக் கூடத்திற்கு கடலிலிருந்து கிடைத்ததாக ஒரு சிறிய பெட்டி வந்து சேர்ந்தது. அந்தச் சிறிய இரும்புப் பெட்டியைப் பார்த்ததுமே நன்கு தெரிந்துவிட்டது. அதில் எந்தப் பொக்கிஷங்களும் கிடைத்துவிடப் போவதில்லை. ஏனெனில் அது பழங்காலப் பெட்டி அல்ல. ஒரு நூறு ஆண்டுகளுக்கு முந்தைய பெட்டியாகத்தான் அது இருக்க வேண்டும். அந்த இரும்புப் பெட்டியின் நீலநிறப் பூச்சு ஆங்காங்கே திட்டு திட்டாக விழுந்து இரும்பின் நிறம் துருப்பிடித்துத் தெரிந்தது. அந்த ஆராய்ச்சிக் கூடத்தின் தலைவர் கார்த்திகேயன் என்ன நினைத்தாரோ தெரியவில்லை. சித்தார்த்தை அழைத்து, "சித்தார்த், இந்தப் பெட்டியை நீ அணுகிய விதமே உனக்கு இந்தப் பெட்டி அவ்வளவு சுவாரஸ்யம் தரவில்லையெனப் புரிகிறது. ஆனால், என்னோட உள்மனசுக்கு இந்தப் பெட்டியில் ஏதோ ஒரு

அற்புதம் இருப்பதாகப்படுகிறது. திறந்து பார்த்துவிட்டேன். ஒரு இலையில் சுற்றிய ஓலைச்சுவடிகள் போன்ற காகிதங்களும் வேல் வடிவமுடைய ஒரு கூர்மையான பொருளும் உள்ளன. அவை நன்கு பதப்படுத்தப்பட்ட பனை ஓலைகளா, இல்லை வேறு ஏதேனும் பொருளா எனத் தெரியவில்லை. அதுவே எழுதுவதற்கு காகிதங்களாகப் பயன்பட்டிருக்கிறது. நிறைய சிவனுடைய ஓவியங்கள் நடராஜ சிற்பங்கள், லிங்கத்துடைய ஓவியங்கள், அதன் பாகங்கள் இவற்றை அந்தக் காகிதத்தில் எழுதுவதற்கு வேல் போன்ற ஒரு எழுத்தாணி. ஆம் சித்தார்த்! அது எழுத்தாணியாகத்தான் இருக்க வேண்டும். இவையே அந்தச் சிறிய பெட்டி முழுவதும் நிறைந்திருக்கின்றன. கடலில் உள்ள மணலின் தன்மையை ஆராய்ந்து பார்க்கும் வேதாரண்யப் பகுதி மாணவர்களால் கடலிலிருந்து கண்டறியப்பட்டு இவை எந்த வருடத்தைச் சார்ந்தவை எனும் ஆராய்ச்சிக்காக நமக்கு அனுப்பி வைக்கப்பட்டுள்ளது. நீதான் வரலாற்று ஆராய்ச்சியில் ஆர்வம் உள்ளவனாயிற்றே. இனி இது உன் பொறுப்பு. சீக்கிரம் கண்டறிந்து பதிலைச் சொல்" எனச் சொல்லிவிட்டு சிரித்துக்கொண்டே சித்தார்த்தின் தலை முடியை லேசாகக் கலைத்துவிட்டு பிரியமாக கன்னத்தைத் தட்டிவிட்டு நகர்ந்து சென்றார் கார்த்திகேயன்.

அவருக்கு சித்தார்த்தின் வேலைகளின் மேல் எப்பொழுதும் நம்பகத்தன்மை உண்டு.

அந்தப் பெட்டியை அலட்சியமாகப் பார்த்தான் சித்தார்த். அதைத் தொட்டுத் திறக்கும்போதே பெட்டியின் பாகங்கள் உதிர்ந்து விழத் தயாராக இருந்தன. உள்ளிருந்த காகிதங்களை மெதுவாக எடுத்து, ஒவ்வொன்றாக மெதுவாகப் புரட்டி உன்னிப்பாகப் பார்த்தான். சிதம்பர நடராஜர் ஆடல் கோலம் காஸ்மிக் அணுக்களின் நகர்தலைக் குறிக்கிறது என்பது அறிவியலால் நிரூபிக்கப்படாத உண்மை. ஆனால், அது சின்னக் குழந்தைக்குக் கூட இந்தக் காலத்தில் தெரிந்திருக்கிறது என எண்ணிக்கொண்டே அடுத்தப் பக்கத்தை திருப்பினான். சடாரென அந்த ஆய்வுக் கூடத்தின் மூலையில் "பூம்" என்ற சத்தத்தோடு ஏதோ ஒரு பொருள் மீது நெருப்புப் பற்றிக் கொண்டது. தீயை அறிந்ததும் அலரும் அலாரம் கத்தத் தொடங்கியது. ஆராய்ச்சிக் கூடத்தின் அந்த அறை முழுவதும் மழை போல நீர் பொழியத் தொடங்கியது.

சித்தார்த் கையிலிருந்த காகிதத்தின் லிங்க வடிவம் முழுவதும் அபிஷேகம் போல நீரால் நனையத் தொடங்கியது. ஆனால், அந்த ஓவியம் நீர் பட்டுக் கலையவே இல்லை. ஸ்படிகக் கல் போல மின்னுவதாக சித்தார்த்திற்குப் பட்டது. அந்த ஓவியம் மேலும், நீரால் நனையாமல் இருப்பதற்காக, அணிந்திருந்த வெள்ளைக் கோட்டிற்குள் அந்தக் காகிதங்களை வைத்தான். அந்தக் காகிதங்கள் சித்தார்த்தின் நெஞ்சுப் பகுதியில் பட்டதும் ஒருகணம் எதிரே தோன்றிய காட்சிகள் அனைத்தும் மறைந்து, தான் ஒரு வெள்ளைப் பனி மலையில் இருப்பதாகவும் எதிரே ஒரு மனிதர் கம்பீரமாக அமர்ந்துகொண்டு ஏதோ தன்னிடம் சொல்வது போலவும் ஒரு காட்சி கண் முன்னே விரிந்து மறைந்தது.

"சே! என்ன இது மூடத்தனம்? லிங்கம் மின்னுவதாவது பனிமலையாவது. இரண்டு நாட்களாக சரியாகவே தூங்கவில்லை. முதலில் இந்த வேலையைத் தொடங்குவதற்கு முன்பு வீட்டிற்குப் போய் நன்றாக ஓய்வு எடுக்க வேண்டும். இதற்குள்ளாகவே ஆயிரம் தடவை போன் பண்ணியிருப்பார்கள் அம்மாவும் பையனும். மொபைல் என்னிடம் இருக்காது, அதை அலுவலகத்தில் ஒப்படைத்துவிட்டுத்தான் ஆராய்ச்சிக் கூடத்தின் உள்ளேயே போக வேண்டும் என எத்தனை தடவை அவர்களிடம் சொன்னாலும் கேட்க மாட்டார்கள்".

ஆப்பிள் பழம் மாதிரி குண்டுக் கன்னங்களோடு இருக்கும் குகன் நினைவுக்கு வந்ததுமே அவனை தூக்கிக் கொஞ்ச வேண்டும் என ஆவலெழுந்தது சித்தார்த்திற்கு. அவனது பலமும் பலவீனமும் குடும்பம்தான். அவனைத் தொந்தரவு பண்ணாமல் இயங்கும் குடும்பம். அவன் வரவை ஆவலோடு எதிர்ப்பார்க்கும் குடும்பம். இப்படியாக இரு வகையும் அவர்களேதான். வீட்டு ஞாபகம் வராத வரைதான் அவனால் தெளிவாக வேலை செய்ய முடியும். வீட்டு ஞாபகம் வந்துவிட்டால் சென்று பார்த்துவிட்டு வந்தால்தான் மனம் ஒருநிலைப்படும்.

அணிந்திருந்த ஆராய்ச்சிக் கூட சீருடையைக் களைந்துவிட்டு, கழுத்தில் அணிந்திருந்த அடையாள அட்டையின் மூலமாக, ஆராய்ச்சிக் கூடத்தின் கதவைத் திறந்துகொண்டு எல்லா சோதனைகளையும் முடித்துவிட்டு அலுவலகத்தில் மொபைலை வாங்கிக்கொண்டு கார் இருக்கும் இடத்திற்கு விரைந்தான் சித்தார்த்.

2

இரவு உணவை விசாகனுக்கும், விக்னேஷ்வரனுக்கும் பரிமாறிக் கொண்டிருந்தாள் அந்தரி. எந்த உணவாக இருந்தாலும் அடுப்பிற்குப் பக்கத்திலேயே அமர்ந்து சூடாகச் செய்யச் செய்ய சாப்பிட்டு விட வேண்டும். ஒரு நிமிடம் தாமதமாகி விட்டால் கூட உணவு, பொழிந்துகொண்டே இருக்கும் பனி மழையின் குளிர்ச்சியால் உறைந்து விடும். அந்தக் கண்டத்தில் எங்கு பார்த்தாலும் பனி. பனியால் சூழப்பட்ட வெண்ணிற மலைகளும் குன்றுகளும்தான் அந்தக் கண்டத்தில் நிறைந்திருந்திருந்தன. அந்தக் கிரகத்தின் பெயர், ‘சோமாஸ்’. பனியால் சூழப்பட்ட வெண்மை நிறக் கிரகம் அது.

அடுப்பில் கொழுக்கட்டை வேகவைத்து அவித்துக் கொண்டிருந்த அந்தரி, “விசாகா, இரவு உணவு தயாராக இருக்கிறதெனக் கூறி தந்தையை அழைத்து வா. அப்படியே தந்தையின் சேவகர்களையும் உணவு உண்பதற்கு அழைத்து வா” என்றாள்.

விசாகன் எழுந்து உடைகளை திருத்திக்கொண்டு வெளியே வந்து பார்த்தான். தியானத்தில் அமர்ந்திருந்திருந்த, ‘ஹரா’வும் அவரைச் சுற்றி அமர்ந்திருந்த காளை மாடு முகத்தின் சாயலில் இருந்த, ‘லவா’வும், பலவகையான முகத்தோற்றத்திலும் வடிவத்திலுமிருந்த சேவகர்களும் அமைதியாக அமர்ந்து ஏதோ முக்கியமான விசயத்தைப் பற்றி பேசிக் கொண்டிருந்தனர்.

“அப்பா வாங்க. உங்கள அம்மா சாப்பிடக் கூப்பிடுறாங்க” என்றதும் கண்களைத் திறந்த ஹரா எதுவும் பேசாமல் விசாகனை ஆழமாகப் பார்த்துவிட்டு, ஏதோ யோசித்துக்கொண்டே எழுந்து வந்தார். கூடவே அவரது சேவகர்களும். ஹரா அந்தக் கிரகத்தின் தலைவர். அவர் சோமாஸ் என்னும் கிரகத்தை ஆண்டதால் சோமேஸ்வர் என்ற பெயரும் உண்டு. அவரது மனைவி அந்தரி. சோமாஸ் கிரகத்தின் மஹாராணி. ஹராவிற்குத் தகுந்த மாதிரி ஆற்றல்கள் அந்தரிக்கும் உண்டு என்றாலும் கணவனையும் குழந்தைகளையும் கவனிப்பதில் அவளுக்குப் பெரும் விருப்பம் இருந்தது.

ஹராவிற்கு காலையிலிருந்து ஏதோ நடக்கப்போவதாக உள்ளுணர்வு உறுத்திற்று. போன வாரம்தான் விசாகனுக்கு,

‘பூமி’ என்னும் கிரகத்தை உருவாக்கி அதனைப் பராமரிக்குமாறு தந்திருக்கிறார். பூமி சோமாஸிலிருந்து பதிமூன்று ஒளியாண்டுகள் தூரத்திலிருந்தது. விக்னேஷ்வரனுக்கு, 'நாமி‘ என்ற கிரகத்தை ஏற்கனவே தந்தாகிவிட்டது.

விசாகனும் பூமி கிரகத்தில் நிறைய உயிரினங்களைப் புதிது புதிதாக உருவாக்கிப் பராமரித்து வருகிறான். சோமாஸ் கிரகத்தில் உள்ள யானை முக மனிதர்கள், காளை முக மனிதர்கள், சிங்க முக மனிதர்கள், பன்றி முக மனிதர்களைப் போலவே சில உயிரினங்களை உருவாக்கி அதற்கு, ‘விலங்குகள்’ எனப் பெயரிட்டிருக்கிறான். இரவு பகல் பாராமல் கடுமையாக உழைத்து பூமியில் தாவரங்களையும், விலங்குகளையும் உருவாக்கி ஆட்சி செய்து வருகிறான். இந்த விசாகனை சின்னப் பையன் என நினைத்தோம், எத்தனை அழகானதாக பூமியை உருவாக்கி வைத்திருக்கிறான். நாளை எவ்வளவு வேலைகள் இருந்தாலும் ஒதுக்கி வைத்துவிட்டு விண்கலத்தில் பூமிக்குச் சென்று பார்த்து வர வேண்டும் என எண்ணியவாறே உணவருந்த அந்தரி முன்னே அமர்ந்தார் ஹரா.

அடுத்த நாள் பொழுது விடிந்தது. அந்த சோமாஸ் கிரகத்திற்கு மிகச் சிறிய சூரியன்களாக கிழக்குப் பகுதியில் ஒன்றும், மேற்குஜீ பகுதியில் ஒன்றும் தோன்றின. இரண்டு சூரியன்கள் இருப்பினும் அவை அதிக வெப்பம் தருபவையாக இல்லை. அவை தோன்றி விடிந்ததை அறிவித்தன அவ்வளவுதான். அன்று அனைவரும் வெகு விரைவாகக் கிளம்பி அந்த இடத்தின் மையத்திற்கு வந்து சேர்ந்தனர். அங்கு ஏற்கனவே கூட்டம் வரத் தொடங்கியிருந்தது.

மாதத்திற்கு ஒருமுறை கூடும் அவை அது.

பேரண்டத்திலுள்ள எல்லாக் கிரகங்களை ஆள்பவர்களும் அவ்விடத்தில் கூடியிருக்க வேண்டும் என்பது தலைவரின் கட்டளை. அதன்படியே அனைத்து கிரகத்தின் தலைவர்களும் அங்கே கூடியிருந்தனர். அனைவருக்கும் தலைவராக ஒருமனதாக மிக ஆற்றல் உள்ளவராக இருந்த ஹரா அனைவராலும் தேர்ந்தெடுக்கப்பட்டிருந்தார். அதனால் அனைவரும் சோமாஸ் கிரகத்திலேயேதான் ஒன்றாகக் கூடுவர். தலைவருக்கும் ஏனைய சிறு தலைவர்களுக்குமிடையே பேசுவதற்கு அனைவருக்கும் பொதுவான மனிதராகக்

கருத்தப்படும், 'நரேஷ்' பத்துக் கைகளோடு ஏதோ ஒரு இசைக் கருவியைக் கையில் சுமந்துகொண்டு அமர்ந்திருந்தார். அங்கு காணப்பட்ட அனைவருக்குமே நான்கு கைகளுக்கு மேல் இருந்தன. சிலருக்கு ஒன்றிற்கு மேற்பட்ட தலைகள் இருந்தன. சிலருக்கு விலங்கு சாயலுடைய முகங்கள் இருந்தன. அங்கு அவற்றை யாருமே வித்தியாசமாக வேறுபட்டுப் பார்க்கவில்லை. அவர்கள் இயற்கையாகவே அப்படித்தான் இருந்தார்கள். அவர்களுக்கு பேச்சுத் திறன் இருந்தது. அவர்களுக்குள் சாதாரணமாகப் பேசிக்கொண்டார்கள்.

நேரம் செல்லச் செல்ல கூட்டத்தில் சப்தம் அதிகரிக்கத் தொடங்கியது. உடனே தொண்டையை கனைத்துக்கொண்டு, "சற்று அமைதியாக இருங்கள். முக்கியமான ஒரு விசயத்தைப் பற்றி இன்று பேசப்பட உள்ளது. விசயம் என்பதை விட அதை ஒரு வரம் எனலாம். புதிதாக கிரகங்களைப் பெற்ற சிறியவர்களுக்கு மிக அவசியமான வரம் இது. அதனால், புதிதாக ஆட்சிக்கு வந்தவர்கள் கவனமாகச் செயல்பட்டு அவ்வரத்தைப் பெற வாழ்த்துக்கள்" எனக் கூறிவிட்டு அனைவருக்கும் தலைவனான ஹராவைப் பார்த்தார், 'ஹரி'. அவர் நீரால் சூழப்பட்ட, 'துவா' என்னும் கிரகத்தின் தலைவர். ஹராவிற்கு அடுத்தபடியாக அனைவராலும் போற்றப்படுபவர். உடனே ஹரா முகத்தைத் தீவிரமாக்கிக்கொண்டு,

"நரேஷ், நீ கொண்டுவந்திருக்கும் அந்த ஞானம் எனப்படும் வரத்தின் பெருமைகளைக் கூறு" என்றபடி தானும் நரேஷ் சொல்வதைக் கவனிக்கத் தயாரானார் ஹரா.

"அனைத்து கிரகங்களின் தலைவர்களுக்கு இந்த நரேஷின் வாழ்த்துகளும் வணக்கங்களும்.

நமது ஆராய்ச்சிக் கூடத்தில் நடந்துகொண்டே இருக்கும் ஆராய்ச்சிகளின் விளைவாக ஒரு புது வரத்தை உருவாக்கியிருக்கிறோம். இந்த வரத்தின் மூலம் ஓரறிவுடைய உயிரோ ஈரறிவுடையோ உயிரோ எத்தனை அறிவுடைய உயிராக இருந்தாலும் அவற்றுக்கு இந்த வரத்தின் ஃபார்முலா மூலம் பகுத்தறிவையும் பேசும் திறனையும் உண்டாக்கலாம். தற்போது உண்டாகி வளர்ந்து கொண்டிருக்கும் பூமி, நாமி, தாமி முதலான கிரகங்களுக்கு இந்த வரம் மிகவும் இன்றியமையாதது. இதில் பூமியின் தலைவன் விசாகன், தாமியின் தலைவன் பத்ரன், நாமியின் தலைவன் விக்னேஸ்வரன் ஆகியோருக்கு இந்த

வரம் மிக இன்றியமையாததாகும். தாங்கள் ஆண்டுகொண்டே உருவாக்கிக் கொண்டிருக்கும் கிரகங்களின் உயிரினங்களுக்கு இவை மிக முக்கியமான வரமாகும். ஆனால், இந்த வரத்தை பெற போட்டி உண்டு. இதில் இவர்களோடு அனைத்து இளம் அரசர்களும் கலந்துகொள்ளலாம். இளம் அரசர்களில் யார் முதலில் இந்த பேரண்டப் பிரபஞ்சம் முழுவதும் சுற்றி வருகிறார்களோ அவர்களுக்கே இந்த ஞானம் எனும் வரத்தின் ஃபார்முலா சொல்லித் தரப்படும்" என சொல்லி முடித்தார் நரேஷ்.

உடனேயே அனைவரும் அங்கு அமர்ந்திருந்த அனைத்து கிரகங்களின் தலைவர்களையும் வணங்கிவிட்டு அவரவர்களுக்கான விண்கலத்தில் ஏறி அண்டத்தைச் சுற்றிவரக் கிளம்பினர். விசாகனும் அவனுக்கு வடிவமைக்கப் பட்ட மயில் போல தோற்றத்திலுள்ள விண்கலத்தில் ஏறி, இந்தப் பிரபஞ்சத்தை சுற்றி வரக் கிளம்பினான். ஏனைய சிறு தலைவர்களும் போட்டியில் கலந்துகொண்டு பிரபஞ்சத்தை சுற்றி வரக் கிளம்பினர்.

விக்னேஷ்வரன் மட்டும் தாய் தந்தையரை வணங்கிய படியே அங்கேயே நின்றுகொண்டிருந்தார். பிறகு அனைவரையும் வணங்கிவிட்டு தயக்கத்தோடு பேசத் தொடங்கினார்.

"நரேஷ் மாமா, நான் மற்றவர்களை தரக்குறைவாகவோ, குறைத்து மதிப்பிட்டோ இதைச் சொல்லவில்லை. விசாகன் அவனது பூமி கிரகத்தில் விலங்குகள் என்னும் உயிரை உருவாக்கி வைத்திருக்கிறான். அதனால் யாருக்கு என்ன பிரயோஜனம்? நான் நம்முடைய சாயலைப் போலவே உள்ள மனிதர்கள் என்பவர்களை, 'பிருத்துவி' மாமாவின் உதவியோடு உருவாக்கி இருக்கிறேன். அவர்கள் முழுமையானவர்கள். சில குறைகளைத் தவிர்த்து அழகாக முழுமையாக சிறந்தவர்களாக உருவாக்கி இருக்கிறேன். எனக்கு இந்த வரம் கிடைத்தால் இந்த மனிதர்களை சிறந்த சிந்தனையாளர்களாக உருவாக்குவேன். அவர்களைப் பேசும் திறனோடு உலாவவிடுவேன். நமக்கு அவர்கள் உதவியாக இருப்பார்கள். அனைவரும் யோசித்துப் பார்த்துச் சொல்லுங்கள். இந்த அண்டத்தைச் சுற்றுவதும், தாய் தகப்பனைச் சுற்றுவதும் ஒன்றுதான்" என அனைவரையும் பார்த்து கைகூப்பி நின்றான் விக்னேஸ்வரன்.

விசாகன் பிரபஞ்சம் முழுவதும் சுற்றி முடித்து அந்த அவையை முதலாவதாக வந்து அடைந்தான். அனைவரும் மிக அமைதியாக இருந்தனர். யாரும் விசாகனை ஆவலோடு உற்சாகமாக வரவேற்காமல் ஒருவர் முகத்தை ஒருவர் பார்த்துக்கொண்டு அமைதியாக இருந்தனர். விசாகனுக்கு அந்த அவை வேறுபட்டுத் தோன்றியது. விக்னேஸ்வரன் நடுநாயகமாக அமர வைக்கப்பட்டிருந்தான். விக்னேஸ்வரனுக்கு அந்த ஞான ஃபார்முலா சொல்லிக் கொடுக்கப்பட்டதன் அடையாளமாக தலையைச் சுற்றிலும் ஒளிவட்டம் போன்ற அமைப்பு ஏற்பட்டிருந்தது. இது எப்படி நிகழ முடியும்? தனக்கு முன்னால் இந்தப் பிரபஞ்சத்தை யாராலும் சுற்றி வந்திருக்கவே முடியாது. ஏதோ தந்திரத்தால்தான் மற்றவர்களால் ஏமாற்றப்பட்டோம் என உணர்ந்துகொண்டு, யாரிடமும் எதுவும் பேசாமல் விண்கலத்தில் ஏறி அமர்ந்து அவ்விடத்தை விட்டு விரைவாகக் கிளம்பினான்.

3

அதிகமான கோபத்தில் மூச்சிரைத்தது விசாகனுக்கு. கோபத்தில் கைகளை விண்கலத்தின் சுவற்றில் ஓங்கிக் குத்திக் கொண்டிருந்தான். அவன் கூடவே இருக்கும் மயிலன் விசாகனுக்கு முன்பே வந்து விண்கலத்தில் ஏறி இருந்தான். அவனுக்கு விசாகனின் அத்தனை குணங்களும் அத்துப்படி. இந்த விசயம் நிச்சயமாக விசாகனுக்கு கோபத்தை வரவழைக்கும் என மயிலனுக்குத் தெரிந்திருந்தது. விசாகனுக்கு மயிலன் உயிர்த் தோழன் மட்டுமல்ல, விசாகனின் தளபதியும் அவன்தான். மயிலனின் முகச் சாயலில், பூமியில் கூட மயில் என்ற பறவையை உருவாக்கி அதை அத்தனை அழகுள்ள இறக்கைகளோடு படைத்திருந்தான். இன்னும் சொல்லப்போனால் விசாகன் பறந்து செல்லும் விண்கலமே மயிலன் முகச் சாயலில், மயில் போலவே உருவாக்கப்பட்டிருக்கும்.

"நண்பா, எழுந்திரு. கோபத்தில் இருந்து என்ன பிரயோஜனம்? ஹராவும் இதற்கு சம்மதித்திருக்கிறார் எனில், அதில் ஏதாவது நன்மை இருக்கும். நீ வருந்தாதே. கோபத்தின் உச்சத்தில் அனைத்துமே தவறாகத்தான் தெரியும். சிறிது காலம் அதனை ஆறப்போடு, அவர்கள் இடத்திலிருந்து யோசித்துப் பார். உண்மையை ஏற்றுக்கொள்ளும் பக்குவம் வரும். எழுந்திரு, பூமியை நெருங்கி விட்டோம். இந்த விண்கலத்தை எப்படி நிறுத்த வேண்டும் எனச் சொல்" என்று கூறினான் மயிலன்.

"ஏமாற்றம் எனக்குப் புதிதல்ல. நான் பிறந்தவுடனே பெற்றோரால் வளர்க்கப்படவில்லை. தாயன்பு என்றால் என்னவென்றே தெரியாது. அதற்காக நான் வருத்தப்படவில்லை. எனது அப்பா இந்த ஞான ஃபார்முலாவை அண்ணனுக்குத் தருகிறேன் என்று சொல்லியிருந்தால், நானே மனமுவந்து மகிழ்ச்சியாகத் தந்திருப்பேன். ஆனால், போட்டி என்று பொய் சொல்லி அனைவரும் என்னை ஏமாற்றியதுதான் தாங்கவில்லை மயிலா" என்று தலையில் கை வைத்துக் கொண்டு புலம்பும் விசாகனைப் பார்த்து,

"பூமி நெருங்கி விட்டது நண்பா. இந்த விண்கலத்தை எப்படி நிறுத்த வேண்டும் எனச் சொல்" என்று பதற்றத்தோடு கேட்டான் மயிலன்.

"பொறுமையாக இரு மயிலா. இன்னும் நெருங்கட்டும். உயரமான கோபுரங்கள் தெரிகிறதா? ஊருக்கு நடுவே பெரிய இடத்தில் விண்கல ஓடுதளங்களைப் போல பெரிய கோபுரங்களுடைய அமைப்பு தெரிகிறதா? அதுதான் கோவில். அங்கேதான் விண்கலங்களை நிறுத்த வேண்டும் என்ற அடையாளம்தான் அந்தக் கோபுரங்கள். அங்கே விண்கலத்தை இறக்கி லிங்க வடிவம் போலத் தோற்றம் கொண்ட அமைப்பில் விண்கலத்தைப் பொருத்து. அப்பொழுதுதான் இந்த விண்கலத்தின் அமைப்பு திறக்கும். அந்த லிங்க அமைப்பே இந்த விண்கலத்தின் அச்சு. புரிகிறதா?" என்றவனுக்கு தலையை ஆட்டிக்கொண்டே, "புரிகிறது. நம்மைப் போன்ற அனைத்து கிரகவாசிகளுமே இப்படித்தான் பூமியில் இறங்க வேண்டுமா?" எனக் கேட்டான் மயிலன்.

"ஆம். பூமிக்கு வர வேண்டுமெனில் கோயில்களே விண்கல இறங்குமிடம். லிங்கமே விண்கல அச்சு. அதில் பொருத்தினால் தான் விண்கலம் சுழன்று கதவு திறக்கும்" எனச் சொல்லிக் கொண்டிருக்கும்பொழுதே லிங்க அமைப்பில் விண்கலத்தைப் பொருத்த, அது இரண்டு சுற்று வேகமாகச் சுழன்று கதவைத் திறந்துகொண்டது. இருவரும் பசுமையான, தாவரங்களால் சூழப்பட்ட பூமியை ரசித்துக்கொண்டே விண்கலத்திலிருந்து இறங்கினர்.

"இது என்ன மலை? இதன் மேலே ஏன் இந்தக் கோவிலை நிர்ணயித்திருக்கிறாய் விசாகா?" என்று கேள்வியுடன் நோக்கிய மயிலனைப் பார்த்து, "மிகக் குளிரான சோமாஸ்

தேவிலிங்கம் ♦ 139

கிரகத்திலிருந்து வந்து இந்தப் பூமியின் வெப்பத்தைத் தாங்க முடியவில்லை. மலைப்பகுதிகளில்தான் வெப்பம் குறைந்து குளிர்ச்சியாக இருக்கிறது” என்று சொல்லிவிட்டுப் புன்னகைத்தான் விசாகன்.

“மேலும், இப்படி உயரமான கோபுரங்களைக் கட்டி கோவில்களை உருவாக்கி வைத்துவிட்டோமானால், நமது விண்கலம் இறங்கும் வழித்தடமும் தெரிந்துவிடும். மேலும், அந்தக் கோவில்களில் நாம் தங்கிக் கொள்ளலாம். பூமியில் தற்போது இருக்கும் நிலையில் நாம் வெட்ட வெளிகளில் தங்க முடியாது. நான் உருவாக்கி இருக்கும் உயிரினங்களின் பெயர் விலங்குகள். அவை ஆபத்தானவை, ஆக்ரோஷமானவை. சமயத்தில் நமக்கே கூட அவை தீங்கு விளைவித்து விடும். அதனால்தான் அந்த ஞானத்தின் ஃபார்முலா மூலம் இந்த உயிரினங்களுக்கும் பேசும் திறன், பகுத்தறிவு முதலியவற்றைக் கொண்டு வர நினைத்தேன். இந்த விலங்குகள் நம்மைப் போன்று உள்ளவர்களை விட மிகப் பலசாலிகள். அண்ணன் விக்னேஸ்வரன் முகச் சாயலில் நான் உருவாக்கிய யானை எனும் பெரிய விலங்கை பழக்கப்படுத்திதான் இந்தக் கோவில்களைக் கட்டினேன் தெரியுமா? இதில் என் தாய், தந்தையர், அண்ணன், உனக்கும் கூட தங்குவதற்கு அறைகள் கட்டி வைத்திருக்கிறேன். அனைத்தும் நல்லவிதமாக நடந்தால் உங்களனைவரையும் அழைத்து வந்து காண்பிக்க வேண்டும் என்றுதான் யாரையுமே நான் பூமிக்கு இதுவரை அழைத்து வரவில்லை. ஆனால், உனது வருகை இப்படி கோபத்தால் இங்கு வரும்படி ஆகிவிட்டதே” என்ற விசாகனைக் கட்டியணைத்துக் கொண்டான் மயிலன்.

“விசாகா, நீ எத்தனை புத்திசாலி! எத்தனை திறமைசாலி! இந்தக் கோவில்கள் உனது மதிநுட்பத்தையும் உனது கட்டடத் திறமையையும் பாராட்ட வைக்கப் போகிறது பார். நாம் அனைவருமே அனைவரோடும் எண்ணங்களால் தொடர்புகொள்ள முடியும் என்பது அறிந்ததுதானே! நமது சிந்தனைகளையும், கேள்விகளையும் உச்சந்தலையில் நிறுத்தி எண்ணங்களைக் கூர்மையாக்கி பிரபஞ்சத்தில், அவற்றை வெளிவிடுவதன் மூலம் அதே எண்ண அலை வரிசையுடைய நபரால் ஈர்க்கப்பட்டு அதற்கான பதிலைப் பெறுவோம்தானே! இப்பொழுது எனது சிந்தனை ஹராவால் ஈர்க்கப்படுகிறது. நான் நினைக்கிறேன் அவர்கள் அனைவரும்

உன்னைத் தேடி வருகிறார்கள். ஹராவிற்கு எதுவுமே சொல்லித் தெரிய வேண்டியதில்லை. அவருக்கு பூமியைப் பற்றி அனைத்தும் இந்நேரம் தெரிந்திருக்கும்" என மயிலன் சொல்லிக் கொண்டிருக்கும்பொழுதே விண்கலம் வரும் சத்தம் அருகாமையில் கேட்டது.

"விசாகா, என் அருமைத் தம்பியே நீயில்லாமல் நான் மட்டும் அங்கிருந்து என்ன செய்வது? எங்கே இருக்கிறாய் விசாகா? இங்கே வந்து பார்! உனக்காக தாமி கிரகத்திலிருந்து என்ன கொண்டு வந்திருக்கிறேன் பார்" எனக் கூறியபடியே தொட்டில் போன்ற ஒரு அமைப்பைக் கைகளில் ஏந்திக்கொண்டு விக்னேஸ்வரன் முதலில் வந்தான். அண்ணனின் குரல் கேட்டும் கேட்காதது போல கோபத்தில் திரும்பி நின்று கொண்டிருந்த விசாகனின் தோள்களைத் தொட்டுத் திருப்பி நெஞ்சோடு அணைத்துக் கொண்டு அழுது கொண்டிருந்தாள் அந்தரி. இவர்கள் மூவரையும் அன்பின் பரவசத்தில் அணைத்துக் கொண்டார் ஹரா.

இவற்றைக் கண்டதும், "ஹோவென" கத்திக்கொண்டு ஆனந்தக் கூச்சலிட்டனர் ஹராவோடு வந்திருந்த சேவகர்கள்.

விசாகனுக்கு என்ன செய்வதென்றே தெரியவில்லை. இவர்களைக் காணவே கூடாது. தனி உலகத்தில் வாழ்ந்து விடுவோம் என எண்ணித்தான் இந்தப் பூமிக்கே கோபித்துக்கொண்டு வந்தான். பலத்திலும் சிறப்பிலும் ஆற்றலிலும் தன்னை விடச் சிறந்து விளங்கும் மூவரும் தன் முன் நின்று கெஞ்சும்போது உள்ளம் ஒரு புள்ளியில் இளகிற்று. இளகத்தானே வேண்டும்? அதுதானே இயல்பு?

அணைத்திருந்த கைகளை விலக்கிவிட்டு அண்ணன் கொண்டு வந்திருந்த தொட்டிலைப் பார்த்தான் விசாகன். அவை நாமி கிரகத்தில் விக்னேஸ்வரன் உருவாக்கியிருந்த மனிதக் குழந்தைகள். அவை விசாகனைப் பார்த்துச் சிரித்தன.

"அண்ணா, இவற்றுக்கு சிரிக்கத் தெரியுமா?" எனக் கேட்ட விசாகனைப் பார்த்து "சிரிக்கும், சிந்திக்கும், அழும், அழ வைக்கும், அன்பிருக்கும், குரூரமுமிருக்கும். இனப்பெருக்கம் செய்யும், போராடும், பொறாமைப்படும், அடித்துக்கொண்டு சாகும். கூடவே மனிதத்தன்மை என்ற ஒன்றும் இருக்கும். இவற்றின் மூளையின் ஆற்றல் அளப்பரியது. அவை போகப்

போகத்தான் தெரியும். மேலும், ஞானத்தின் ஃபார்முலாவை இவர்களிடம் உபதேசித்திருக்கிறேன். அதனால், மிகுந்த பகுத்தறிவோடும் வளர்வார்கள். இவற்றை உனக்குப் பரிசாக நான் தருகிறேன். இவையும் இந்தப் பூமியில் வாழட்டும்" என்றான் விக்னேஸ்வர்.

"சரி அண்ணா. அனைவரும் மிகவும் பசியாக இருப்பீர்கள். நீங்கள் இந்தக் கோவிலிலுள்ள அறைகளில் தங்கிக் கொள்ளுங்கள். நானும் மயிலனும் சேவகர்களும் உணவு தயாரிக்கிறோம். அனைவரும் வந்ததுதான் வந்து விட்டீர்கள். இங்கு சிறிது காலம் தங்கிச் செல்லலாம். இந்தப் பூமி மிக அழகு. கடற்கரைகள், தாவரங்கள், பசுமையான மலைகள் எனப் பார்த்துக்கொண்டே இருக்கலாம். இந்தக் கோவில் எல்லா வசதிகளோடும் கட்டப்பட்டது. சமைப்பதற்குக் கூட இங்கே தனியிடம் உண்டு. பெரிய அறையில் தந்தையும் தாயும் தங்கிக் கொள்ளட்டும். நாம் மற்ற அறைகளில் தங்கிக் கொள்வோம். சரியா அண்ணா? நீங்கள் வேண்டுமானால் நுழைந்தவுடன் முதலில் இருக்கும் அறையை எடுத்துக் கொள்ளுங்கள். அண்ணா, இந்தக் குழந்தைகள் என்ன சாப்பிடும்?" என்று வினவிய விசாகனிடம், "இவை சற்று பெரிய வளர்ந்த குழந்தைகள்தான். சோறு குழைவாக வடித்துக் கொடுக்கலாம் தம்பி" என்றான் விக்னேஸ்வரன்.

இருவர் பேசுவதையும் பார்த்துக் கொண்டிருந்த ஹராவும், அந்தரியும் ஒருவரை ஒருவர் பார்த்து சிரித்துக் கொண்டனர்.

"நீங்கள் இருவருமே பேசிக் கொண்டிருந்தால் போதுமா? எங்களது ஒப்புதல் வேண்டாமா?" என்ற அந்தரியின் கைகளைப் பிடித்துக்கொண்டு, "அம்மா, தயவுசெய்து கொஞ்ச காலம் இங்கே இருங்கள் அம்மா. அப்பாவிடம் சொல்லுங்கள்" என்ற மகனைப் பார்த்து, 'சரி சரி' யென இரகசியமாக சமிக்ஞை செய்தாள் அந்தரி. அவளுக்கு அந்தக் கோவில் மிகப் பிடிந்திருந்தது.

"விசாகா, சோமாஸ் கிரகத்திற்கும், பூமி கிரகத்திற்கும் கால நேரத்தில் மிகுந்த வேறுபாடு உண்டு. அங்கே ஒரு நிமிடம் என்பது இங்கு ஒரு வருடம். அப்படியெனில் நான் சோமாஸ் கிரகத்தின் கணக்குப்படி இங்கு ஒருநாள் தங்கிப் போகிறேன் சரியா? மகிழ்ச்சிதானே உனக்கு?" எனக்கேட்டுவிட்டு அவருக்கு அந்தக் கோவிலில் ஒதுக்கப்பட்ட அறைக்குச் சென்றார் ஹரா.

நாட்கள் போனதே தெரியவில்லை. அனைவரும் மனிதக் குழந்தைகளோடு விளையாடினார்கள். அவர்களுக்கு மனிதக் குழந்தைகளை மிகவும் பிடித்திருந்தது. அக்குழந்தைகளுக்கு அனைத்து விசயங்களும் அரைகுறையாகப் புரிந்திருந்தன. இரவுகளில் தூக்கம் வராத பொழுது அந்தரி அவளது இருப்பிடம் பற்றியும் ஹராவைப் பற்றியும் விசாகன், விக்னேஸ்வரன் பற்றியும் சில கதைகளைக் கூறி அவர்களைத் தூங்க வைப்பாள். அந்த மனிதக் குழந்தைகள் அனைத்தையும் கிரகிக்கும் ஆற்றலோடு இருந்தார்கள்.

அனைவரும் சோமாஸ் கிரகத்திற்குச் செல்லும் நாள் வந்தது, "மயிலா, நான் தந்தையோடு சோமாஸ் கிரகத்திற்குச் சென்றுவிட்டு, சில வேலைகளை முடித்துவிட்டு அரைநாளில் திரும்பி விடுவேன். அதுவரை இந்தப் பூமியைப் பார்த்துக்கொள். முக்கியமாக இந்த மனிதக் குழந்தைகள் பத்திரம்" என்ற விசாகனையும் மற்றவர்களையும் பார்த்துக் கையை அசைத்து ஒப்புதல் சொன்னான் மயிலன்.

நாட்களோடின, வருடங்களோடின. விசாகன் திரும்பி வரவில்லை. என்ன நடந்தது என மயிலனுக்குப் புரியவே இல்லை. அவன் விசாகனிடம் கற்றுக்கொண்ட அறிவால் நிறைய கோவில்களையும், லிங்க அச்சுகளையும் உருவாக்கிக்கொண்டே அந்த மனிதக் குழந்தைகளுக்கு சில அடிப்படையான விசயங்களை சொல்லிக் கொடுத்துவிட்டு விசாகனுக்காகக் காத்திருந்து, காத்திருந்து இறுதியில் மரித்துப் போனான். ஆனால், விசாகன் திரும்பி பூமிக்கு வரவே இல்லை. அந்த மனிதக் குழந்தைகள் வளர்ந்து இனப்பெருக்கம் செய்தன. தங்களுக்குத் தெரிந்த அரைகுறை வரலாற்றை வைத்துக்கொண்டு வாழ்ந்து வந்தன.

4

கார் கதவு திறந்துகொண்டு தலைகீழாக கீழே விழுந்து கிடக்கிறோம் என்பது புத்திக்கு உறைத்தது. எத்தனை நாழிகை இவ்வாறு கிடந்தோம், எப்படி விபத்து நிகழ்ந்தது என்று சரியாக ஞாபகத்தில் இல்லை. விபத்து நடந்திருக்கிறது. ஆனால், அடியோ, இரத்தமோ எதுவும் இல்லை என்பது நிம்மதியாக இருந்தது சித்தார்த்திற்கு. அடிபட்டிருந்தால் ரோகிணி மிகவும் பயந்துவிடுவாள். நல்லவேளை, அடிபடவில்லை. எப்படி இந்த விபத்து நடந்தது என யோசிக்கும்பொழுது மயில்

ஒன்று திடீரென சாலையைக் கடக்க முயற்சி செய்ய அதன் மேல் கார் மோதாமலிருக்க முயற்சித்த பொழுது, விபத்து ஏற்பட்டிருக்கிறது என மூளைக்குப் புரிந்தது. அத்தோடு கனவு போல கண்ட காட்சிகள் அனைத்தும் நினைவுக்கு வந்தன. இது நிஜமாக நடந்ததா? தனது ஆராய்ச்சியின் பலனாக நமது உள்ளுணர்வு சொன்னதா? இல்லை விபத்தினால் மூளையில் ஏற்பட்ட அதிர்வில் உண்டான காட்சியா? புரியவில்லையே என யோசித்துக்கொண்டே குனிந்தவன் சட்டையில் ஆராய்ச்சிக் கூடத்தில் நெஞ்சோடு அணைத்துக் கொண்ட ஓலைச்சுவடியில் வரையப்பட்ட வேலின் அச்சு தெரிந்தது. புரிந்தும் புரியாமலும் சில செய்திகள் அவன் மூளைக்குக் கடத்தப்பட்டன. சித்தார்த் மௌனமாக காரை, வீட்டை நோக்கி ஓட்டிக் கொண்டிருந்தான். வழியில் தென்பட்ட கோபுரத்தைக் கண்டதும் மனது விசாகனை நினைத்துக்கொண்டது.

நிர்பந்தங்கள்

கதவு பலமாகத் தட்டப்படும் சத்தம், ஆழ்ந்து உறங்கிக் கொண்டிருக்கும் செண்பகத்திற்கு உண்மையாகவே கதவு தட்டப்படுகிறதா அல்லது பிரமையா எனும் குழப்பத்தை ஏற்படுத்தியது.

இந்த நேரத்தில் யார் இவ்வளவு வேகமாக கதவைத் தட்டப் போகிறார்கள்? இன்னும் சற்று நேரத்தில் தர்காவில் வாங்கு சொல்லிவிடுவார்கள். நான்கு மணிக்கு எழுந்து வேலையைத் தொடங்கினால்தான் ஒன்பது மணிக்குள் மூன்று குழந்தைகளுக்கும் சாப்பாடு செய்து கொடுத்து, பள்ளிக்கு அனுப்ப முடியும்.

இப்படி மூன்றுமே பெண்ணாகப் பிறந்துவிட்டதே. ஒரு ஆண்குழந்தை இருந்தால் கணவனின் டீக்கடைக்கு எத்தனை உதவியாக இருக்கும்? அதனாலென்ன? ஊரில் உள்ள பிள்ளைகள் மாதிரியா என் குழந்தைகள் அடம்பிடிகின்றன? எத்தனை பொறுப்பு! இந்தக் குழந்தைகளுக்கு எத்தனை அறிவு! முருகப் பெருமான் தந்தைக்கு உபதேசம் செய்த மாதிரி எத்தனை விதமாக நான் சோர்ந்திருக்கும் வேளைகளில் என்னைத் தேற்றுகிறார்கள்! மூத்தவள் இதோ, இன்றோ நாளையோ தென்னம்பாளை வெடிப்பது போல் சமைந்து உட்கார்ந்து விடப்போகிறாள். பெண் வளர்த்தியும், பீர்க்கங்காய் வளர்த்தியும் ஒண்ணு என்பார்களே. அய்யோ! மூத்தவள்

தேவிலிங்கம் ◆ 145

வயதுக்கு வந்துவிட்டால் சடங்கு செய்ய வேண்டுமே. பணத்திற்கு என்ன செய்வது? கணவன் குணசேகரனின் டீக்கடையில் வரும் வருமானம் மூன்று வேளை சாப்பிடுவதற்கே போதவில்லை.

கணவனின் நினைவு வந்ததும் அரைத் தூக்கத்தில் ஏதேதோ நினைத்துக் கொண்டிருந்தவளுக்கு மெல்ல ஒரு புன்னகை வந்தது. எத்தனை அழகன்! சந்தன நிறமும் அடர்ந்த மீசையும் வறுமையின் சாயல் சிறிதும் தெரியாத முகமும் டீக்கடையிலிருந்து இழுத்துக்கொண்டு வந்து முகத்தைத் துடைத்து ஒரு ஜிப்பாவும் செயினும் போட்டுவிட்டால் போதும், சினிமா கதாநாயகர்களெல்லாம் பிச்சை வாங்க வேண்டும். நல்லவேளை மூன்று குழந்தைகளுமே அப்பாவின் சாயலில் தங்க விக்கிரங்களாகப் பிறந்திருக்கின்றன என்று எண்ணி உடம்பு மகிழ்ச்சியில் பூரித்தது செண்பகத்திற்கு.

திடீரென வீட்டிற்கு நடுவே உள்ள சிறிய முற்றத்தில் கல் வந்து விழுந்த சத்தம் கேட்டது. நன்றாக முழித்துக்கொண்டாள் செண்பகம். அய்யோ! கதவைத் தட்டுவது கணவனாகத்தான் இருக்கும். ஆமாம், 'செண்பகம்' என்று கூப்பிடும் குரல் வேறு கேட்கிறது. அவன்தான் ரொம்ப தாமதமாக வரும் வேளையில் இது மாதிரி கதவைத் திறக்காமல் செண்பகம் அசந்து தூங்கும் சமயத்தில் முற்றத்தில் கல்லை வீசி எறிவான்.

அவசர அவசரமாக அவிழ்ந்திருந்த புடவையை ஏனோதானோவென்று உடலில் சுற்றிக்கொண்டு போய் கதவைத் திறந்தாள் செண்பகம்.

"இல்லேங்க, ரொம்ப அசதியா இருந்துச்சி. டீக்கடை பாத்திரமெல்லாம் படுகறுப்பா இருந்துச்சி. சபீனா வாங்க காசு இல்ல. அதான் செங்கல்லை உடைச்சு கல்தூளைப் போட்டு வெளக்குனேன். அதான்ங்க ரொம்ப அசதியாயிட்டு. தூக்கத்திலேர்ந்து எழும்பவே முடியலேங்க. நீங்க சரக்கெடுக்க வெளியூர் போறதால்ல சொல்லிட்டுப் போனிங்க? திடுமுன்னு வந்து நிக்கிறிங்க? ஏன் மூஞ்செல்லாம் பேயரைஞ்ச மாதிரி இருக்கு?" என்று வினாக்களாகக் கேட்டுக்கொண்டே பதில் சொல்லாமல் வீட்டிற்குள் நுழையும் கணவனை ஏறிட்டாள் செண்பகம்.

கைகளில் கொண்டு வந்த மஞ்சள் பைகளையும் சாக்குப் பையையும் தூக்கி ஓரமாக வீசினான் குணசேகரன்.

அவன் ஒருநாளும் இப்படி வீசி செண்பகம் பார்த்ததே இல்லை. சிறிது தள்ளாடிக்கொண்டே வந்தவன் செண்பகத்தைப் பார்த்துக் கண்களைக் கீழிறக்கிக் கொண்டு லேசாக எச்சில் வழியுமாறு சிரித்தான். முதன்முதலாக குணாவின் சிரிப்பு வேட்டைக்குப் புறப்படும் விலங்கொன்றின் உறுமிய கோரைப்பற்களின் சாயலாகத் தெரிந்தது செண்பகத்திற்கு. அவனுடைய சாம்பல் நிற சட்டையின் மேல் ஆங்காங்கே மணல் திட்டுக்கள் அப்பியிருந்தன. அவன் மேலே சாராய நெடி வீசியது. செண்பகத்திற்கு விவரம் தெரிந்ததிலிருந்து குணா சாராயம் குடித்து அவள் பார்த்ததே இல்லை. அவனை அதிர்ச்சியாகப் பார்த்துக் கொண்டிருக்கும்போதே, அவளின் கைகளைப் பிடித்து தரதரவென்று அடுப்படிக்கு இழுத்துக் கொண்டு போனான். அந்தச் சிறிய வீட்டில் படுக்கும் இடத்தையும் அடுப்படியையும் ஒரு மெல்லிய திரைச்சீலைதான் பிரித்துக் காட்டிக்கொண்டிருந்தது.

அப்படியே அவளைக் கீழே தள்ளியவன் படுவேகமாக அவள் மேலேறி இயங்கத் தொடங்கினான். அத்தனை ஆங்காரமாக அவன் இதுவரை நடந்து கொண்டதே இல்லை. மூன்று குழந்தைகள் வந்ததும் அத்தி பூத்தாற்போல் என்றாகிவிட்டது. ஒரு நொடி அதிர்ந்தவள், அவன் வேகத்தின் ஒத்திசையோடு உடன்படத் தொடங்கினாள். குணா அவள் கூந்தலைப் பற்றிக்கொண்டு கீழே அழுத்த, இதுவரை இப்படி வலியோடு கூடிய உறவை அனுபவித்தேயிராத செண்பகத்திற்கு கண்களில் கண்ணீர் பெருகியது. மேலும், அவன் மேல் வீசிய சாராய வாடை வேறு வயிற்றைக் குமட்டியது.

கைகளில் ஈரம் பட்டதும் கண்கள் சொருகியவாறே கிறக்கத்திலும், வேகத்திலும் இருந்தவன், செண்பகத்தின் முகத்தை நோக்கினான். வலியினால் சிறிது சுருங்கியிருந்த நெற்றியும் இறுக்கி மூடியிருந்த கண்களும் அவனை இறுக்கிப் பற்றியிருந்த விரல்களும் அவனை மேலும் வேகத்தோடு அவளைத் துன்புறுத்தும் நோக்கத்தோடு செயல்படத் தூண்டின. கண்களை மூடியபடியே, "என்னை விட்டுப் போகாதடி. என்னை விட்டு தயவு செய்து போயிடாதடி. அதை என்னால தாங்க முடியாது" என்று புலம்பியவாறே, வெள்ளம் வடிந்த அருவிக்கரை போலக் கொஞ்சம் கொஞ்சமாக நிதானத்திற்கு வந்த குணா, அவள் மேலிறந்து

தேவிலிங்கம் ◆ 147

இறங்கி அப்படியே வயிற்றில் தலை வைத்து செண்பகத்தை இறுக்கிக் கட்டிக்கொண்டு படுத்திருந்தான்.

இது அத்தனையும் செண்பகத்திற்குப் புதிது. வலித்த உடலின் பாகங்களைத் தடவித் தடவிப் பார்த்துக்கொண்டாள். இந்த ஆவேசம் அவளுக்குப் பிடித்திருந்தது. இதுவரை இந்த உடலுக்கு பழக்கம் இல்லாத ஒன்று இது. எதுவாக இருந்தாலும் ஒரே மாதிரியான பழக்கம் சுவாரஸ்யம் குறைவுதானே! மூன்று குழந்தைகள் பிறந்தும், ஒவ்வொரு உறவுக்கு முன்பாகவும் உனக்கு உடம்பு நல்லாருக்கா, செய்யலாமா? என உத்தரவு கேட்பவனைப் பார்த்து ஆச்சரியமாக இருக்கும் செண்பகத்திற்கு.

இது என்ன கேள்வி? உன் மனைவி நான். வாடீ! படு!ன்னு சொன்னா படுக்கப் போறேன். இன்னமும் உரிமை எடுத்துக்கொள்ளாமல் உத்தரவு கேட்கும் கணவனை எண்ணி மனதிற்குள் சில சமயம் குமைந்திருக்கிறாள்.

மாமா பொண்ணு என்ற முறையில் கட்டி வைத்து விட்டார்களே என வாழ்கிறானோ! உண்மையில் என்னைப் பிடிக்கவில்லையா? ஆனால் பிடிக்காமல் போயிருந்தால் கூட அதை எந்த விதத்திலும் குறை சொல்ல முடியாது. குணசேகரன் எவ்வளவு அழகாக இருக்கிறான்! கறுப்பாக நச்சலாக சிறிது பல் எடுபட்டு இருக்கும் தன்னைப் பார்க்க வந்த இரு மாப்பிள்ளைகளும் வேணாமென்று சொல்லிவிட்டுப் போக, எந்தக் குறையும் சொல்லாது, அம்மா சொல்லிவிட்டாள் என்பதற்காக மறுபேச்சில்லாமல் தன்னைக் கல்யாணம் செய்து குடும்பம் நடத்துவதே பெரிது. என்ன பிரச்சனை வந்திருந்தாலென்ன? இது மிகவும் பிடிக்கிறது. இது மாதிரி உரிமையோடு உறவோடு இது மாதிரி வயிற்றில் தலை வைத்து குணா படுத்திருப்பது மிகவும் பிடிக்கிறது என மனதிற்குள் நினைத்துக்கொண்டே அவன் தலையை வயிற்றோடு அழுத்தி, தலைமுடியை அமைதியாக கோதிக் கொண்டிருந்தாள். என்ன நடந்திருக்கும் எனத் தெரியவில்லை. குணா குடித்திருக்கிறான். வியாபாரத்தில் ஏதாவது நஷ்டம் வந்திருக்குமோ? இதற்கெல்லாமா நான் விட்டு விட்டுப் போய் விடுவேன்? அதென்ன புதிதாக வாடி! போடி! என்கிறான். என்னை அப்படி அழைக்கமாட்டானே. குடித்திருப்பதால் அப்படி அழைக்கிறானோ என

148 ◆ கிளிச்சிறை

யோசித்துக்கொண்டே வெளியே மழை பொழியும் ஓசையை வெறுமனே நிரம்பிக் கொண்டிருக்கும் கிணறு போல கவனித்துக் கொண்டிருந்தாள்.

சில நிமிடங்களுக்குப் பிறகு குணா செண்பகத்தை தன்பக்கம் இழுத்துப் பிடித்துக்கொண்டே, “ஏன் இப்படி நடந்துக்கிட்டேன்னு கேட்கமாட்டியா?” என்றான் அமைதியாக.

“சத்தம் போடாதிங்க. மெதுவாப் பேசுங்க. புள்ளைங்களுக்கு நீங்க தண்ணி குடிச்சிட்டு வந்திருக்கறது தெரிய வேணாம். எதுக்கு இப்படி குடிச்சிட்டு கீழ விழுந்து எந்திரிச்சி வந்துருக்கிங்க? சட்டையெல்லாம் மண் அப்பிக் கிடக்கு. நிதானம் இல்லாம இருக்கீங்க. கண்ணெல்லாம் கோவைப்பழம் மாதிரி சிவந்து கிடக்கு” என்று அவனுக்கு மட்டும் கேட்கும்படி இரகசியமாகக் கேட்பவளைப் பார்த்து,

“நீ நல்லவ செண்பகம். மூணு வேளை சோத்துக்கு மேல ஒரு புடவைக்குக் கூட நீ ஆசைப்பட்டதில்ல. ஆனா, நான் அப்படி இல்ல. ஒரு வருசத்துக்கு முன்னாடி காளியம்மன் கோவில் திருவிழா சமயத்துல நான் திருவிழா கடை போடும்போது கோவிலிலேயே தங்கியிருந்தேன்ல்ல, அப்போதான் அவள அங்க முதல்முறையாப் பாத்தேன். நான் பொதுவாவே பெண்களை அதிகமா ரசிப்பவனில்லேன்றது உனக்கே தெரியும். சின்ன வயசிலேர்ந்தே என் வாழ்க்கையோட வறுமை, அதைத் தீர்க்க நான் படுற பாடுஞ் மயக்கமா தலை சுத்திக் கிடக்கிறவன் எதைத் தின்னா பித்தம் தெளியும்ன்னு திரியறது போல எதையாவது செஞ்சி என்னோட கஷ்டத்தை எப்படியாவது தீர்த்து நாலு சோத்தை அள்ளி நிம்மதியாத் திங்கணும்ன்னு நினைக்கிறவன். என் சுபாவம் நான் இன்னொரு பெண்ணை ரசிக்கிறதுக்கு இடம் தர்றதா இல்ல.

அன்னைக்கு காலேல வழக்கம் போல பாலை ஊத்தி சட்டில காய்ச்சிக்கிட்டிருந்தப்ப முதல்நாள் பொழிஞ்ச மழைனால கோவிலுக்கு எதிரே உள்ள இடமெல்லாம் சகதியாகியிருந்தது. அப்பதான் கோவிலைத் திறந்து அலசி கோலம் போட்டுட்டு இருந்தாங்க. நீலநிறக் காலைக் கருக்கலா பொழுது விடிஞ்சிட்டு இருந்தது. பளீர்னு மின்னிக்கிட்டிருந்த கல்வளையல்களும், தங்க வளையல்களும் போட்ருந்த கைகள மட்டும் வேலையோட வேலையா ஒரு கணம்

நிமிர்ந்து பார்த்தேன். கோவில் வாசலைக் கூட்டிக் கோலம் போட்டுட்டு இருந்துச்சு. அவளோட முகத்தைக் கூட நான் சரியாகப் பார்க்கல செண்பகம். ஏதோ சாமிக்கு வேண்டுதல் போல. பெரிய இடத்துப் பொண்ணுன்னு நினைச்சிக்கிட்டு கூட்டம் வந்துடுமேன்னு வடை தட்டுறத்துக்கான வேலையை ஆரம்பிச்சிப் பார்த்துட்டு இருந்தேன்.

பழக்கம் இல்லாத வேலை போல, 'ஆ'ன்னு சத்தம் கேட்டுச்சேன்னு திரும்பிப் பார்க்கிறேன். அவ சேத்துல வழுக்கி விழுந்து கிடந்தா. கருக்கலோடங்கிறதால கோவில்ல யாருமே இல்ல. வயசான ஒரு பொம்பளை ஒண்டியாளா இவளத் தூக்க முடியாம இவளோடவே சேத்துல விழுந்து திணறிட்டு இருந்துச்சி. பார்க்கவே பாவமா இருந்தது செண்பகம்.

சட்டுன்னு வேட்டியைத் தூக்கிக் கட்டிக்கிட்டு அங்க ஓடிப்போய் அவள கையப் பிடிச்சித் தூக்குனவன் அப்படியே உறைஞ்சி போய் நின்னுட்டேன். இவ்வளவு அழகிய நான் பக்கத்தில பார்த்ததே இல்லை தெரியுமா? எவ்வளவு மென்மை, வழவழப்பு! அதிகாலை வெளிச்சம் பட்டு மின்னும் கன்னங்கள். பதற்றத்தில் ஆடும் ஜிமிக்கி... என்னால முடியல. எத்தனை அழுத்தமா தண்ணில அழுத்தி வைச்சாலும் அடங்காம மேலெழும்புற பந்து மாதிரி நான் மறைக்க நினைச்சாலும் முடியாம அவக்கிட்ட மயங்கி நின்னேன். இவளுக்காகத்தான் இத்தனை வருசம் காத்திட்டு இருந்தேன்னு என் உள்மனசு சொல்லுச்சு.

எப்ப அவளப் பார்த்தேனோ அந்த நிமிசத்திலிருந்து அவளத் தவிர வேற எதுவுமே எனக்குத் தேவையில்லன்னு தோணிடுச்சி. உன் ஞாபகம் வரல. ஏன், நம்ம குழந்தைகள் ஞாபகம் கூட வரல. இந்த உலகத்தில உள்ள எதுமே எனக்கு ஞாபகம் இல்லை. அவ மட்டும்தான் கடல்ல வந்து வந்து மணல அரிக்கிற அலை மாதிரி மனச அரிச்சிட்டே இருந்தா.

அவளப் பார்த்துக்கிட்டே இருக்கணும் போல இருந்தது. நெளிநெளியா விழுற அருவி மாதிரியான கூந்தல். மாவிளக்கு மாவை உருட்டி வச்ச மாதிரி முகம். தீபம் மாதிரி கண்கள். துடைச்சு வச்ச குத்துவிளக்கு மாதிரி அப்படியொரு பிரகாசம். என்னை மறந்து அவளைப் பார்த்துத் திகைச்ச அந்த விநாடியிலேயே கண்டுபிடிச்சிட்டா, எனக்கு அவள ரொம்ப பிடிச்சிருக்கின்னு. திருவிழா பத்துநாளும் அவ

தினமும் கோவிலுக்கு வர, கொஞ்சம் கொஞ்சமா அவளோட கதையும் எனக்குத் தெரிய வந்தது.

கோவிலூர் சின்னப் பண்ணையாரோட மனைவிதான் நர்மதா. பதினஞ்சி வயசிலேயே நர்மதாவோட அழகைப் பார்த்து, மிராசு வீட்டில் பெண் கேட்க, 'நாமதான் சோத்துக்கே கஷ்டப்படுறோம், நம்ம பொண்ணாவது வசதியா வாழட்டுமே'ன்னு இரண்டாம் தாரமா வயசு வித்தியாசம் பாக்காம நர்மதாவை பண்ணையாருக்கு கட்டிக் கொடுத்துட்டாங்க. முதல் தாரம் குழந்தை பொறக்கலன்னு தற்கொலை பண்ணிக்கிட்டதாகவும் குழந்தை இல்லைன்னு பண்ணையாரே ஆள் வைச்சுக் கொலை பண்ணி வெளிய தெரியாம, வயித்துவலின்னு தூக்கிமாட்டிக்கிட்டு செத்துப் போயிட்டதா புதைச்சிவிட்டதாகவும் பேச்சிருக்காம். கொலைகாரக் குடும்பத்துல இவ மாட்டிக்கிட்டா. இவளுக்கும் கல்யாணம் ஆகி பத்து வருசமா குழந்தை இல்ல.

அதனாலதான் அம்மனுக்கு வேண்டிக்கிட்டு வாசக்கூட்டி கோலம் போட்டா குழந்தை பொறக்கும்ன்னு யாரோ சொல்ல, வேண்டுதலுக்காக கோவிலுக்கு வந்திருக்கிறா. எப்படியோ இரண்டு பேருக்கும் ஒருத்தரையொருத்தர் ரொம்ப பிடிச்சிருச்சி. பத்து நாள்ல அவ பேச்சு, நிறம், அசைவு எல்லாமே அவ இல்லாம நான் இல்லைங்கிற நிலைமைக்கு என்னைத் தள்ளிட்டு. என்ன செய்யலாம்ன்னு யோசிக்கிறபோதுதான் அவளே ஒரு வழி சொன்னா.

அவளோட அப்பா சின்ன வயசிலேயே இறந்து போயிட்டதால அம்மா மட்டும் அவங்க வீட்டுல தனியாக இருங்கிறாங்கன்னும், சந்தர்ப்பம் கிடைக்கும்போது அவ அங்க வந்துவிடுவதாகவும் நானும் ஜாக்கிரதையா அங்க வந்துட்டா, இரண்டு பேரும் மகிழ்ச்சியா இருக்கலாம்ன்னும் சொன்னா.

எனக்கும் அந்த யோசனை பிடிச்சிருந்துச்சி. நான் எதைப்பத்தியும் கவலைப்படல. எனக்கு அவ வேணும், என் வாழ்க்கை முழுசுக்கும் அவ வேணும். அதுதான் எனனோட ஆழமான எண்ணமா இருந்தது.

தனியாயிருக்கிற அம்மா வீட்டுக்கு அவ வர்றப்ப எல்லாம் ஒரு வயதான அம்மாகிட்ட துண்டுச் சீட்டுல என்னை

வரச்சொல்லி எழுதியிருப்பா. எனக்கு அந்த வயசானவங்க மேல நிறைய சந்தேகம் இருக்கு. எதுக்குன்னா! இரண்டுப் பேருக்கும் ஒரேமாதிரியா இருக்கிற பெரிய கண்கள். நாங்க ரெண்டு பேரும் நர்மதாவோட அம்மா வீட்டிலதான் சந்திச்சிப்போம். உன்ட சரக்கு வாங்குறதா சொல்லிட்டு அவளப் பார்க்கத்தான் போயிட்டிருந்தேன் செண்பகம். எல்லா உரிமையில்லாத விசயங்களும் ஒருநாள் முடிவுக்கு வந்துதானே ஆகணும்? நான் அவள உரிமையா நினைச்சேன். அவளக் கொறை சொல்ல முடியாது. அவளோட சூழ்நிலை வேற. அவளுக்கும் என்னோட வாழறத்துக்கு ஆசைதான். முடியவே முடியாததுக்கு ஆசைப்பட்டு என்ன செய்றது? அவ புத்திசாலி. இரண்டு பேருல ஒருத்தராவது அறிவா யோசிக்கணும். இரண்டு பேருமே உணர்ச்சிவசப்பட்டு யோசிச்சா இரண்டு பேரோட வாழ்க்கையும் வீணாப்போயிடுங்கிறதுதான் உண்மை.

நேத்தும் துண்டுச் சீட்டு வந்துச்சி. ஆசை ஆசையா அவளப் பாக்கப் போனேன். அவதான் எவ்வளவு அழகு! எவ்வளவு நல்லவ! கொடுத்து வைச்சவன் நான். ஓடி வந்து என்னைக் கட்டிக்கிட்டா. என் கையப் பிடிச்சி அவ வயித்துல வச்சி அவ கர்ப்பமா இருக்கிறதா சொன்னா. நான் அப்பாவாகப் போறதா சொன்னா. அப்படியே அவளைத் தூக்கிக்கிட்டேன். ரொம்ப மகிழ்ச்சியா இருந்துச்சி. திடீரென கீழே இறங்கியவ முகம் மாறுச்சி. அங்கிருந்து அந்த வயசான பொம்பளை எதோ சைகை பண்ணுனா. உடனே அறையை விட்டு வெளியே போனவ திரும்பி வரும்போது, ஒரு பை நிறைய பணமும், சில நகைகளும் என்ட்ட தந்து இனி அவள நான் பார்க்கவே கூடாதுன்னு கட்டாயமா சொல்லிட்டா செண்பகம். இனியும் நான், அவளைப் பார்க்கிறது, பழகறது ரெண்டு பேருக்குமே உயிருக்கு ஆபத்துன்னு சொல்லிட்டா. அவ அப்படி சொன்னதுக்கப்பறம் நான் என்ன செய்ய முடியும்? பிச்சைக்காரன் மாதிரி வாழ்க்கை நடத்துறேன். என்னால எதை மாத்த முடியும்? பணக்காரங்கள எதிர்த்து நான் என்ன செய்யறதுசெண்பகம்? உனக்கு நான் துரோகம் பண்ணேன். சூழல் எனக்கு துரோகம் பண்ணிடுச்சி. மன்னிச்சிடு, என்னை மன்னிச்சிடு செண்பகம்" எனச் சொல்லியவாறே அவளது கால்களைப் பிடிக்க போனான் குணா. அப்படியே குடிபோதையில் அவளது காலிலேயே மயங்கி உறங்கத்

தொடங்கினான். அவனது முகம் சற்றுத் தள்ளி இருக்கும் சர்ச்சில் குற்றத்தை பாதிரியாரிடம் ஒப்பித்து, பாவமன்னிப்பு பெற்றுக்கொண்டு விடுதலையான உணர்வோடு சாலையில் நடந்து செல்லும் பாதசாரியின் முகத்தினை ஒத்திருந்தது.

அழுதழுது களைத்துப் போயிருந்தாள் செண்பகம். உணர்ச்சிப் பெருக்கில் அழுகை கடும் மழையைப் போல பொழிய ஆரம்பிக்க, அது நின்றதும் தேவையில்லாத உணர்வுகள் கண்ணீரோடு அடித்து செல்லப்பட்ட பிறகு, மூளை செயல்பட ஆரம்பிக்கும்.

இடையில் தொங்கிக் கொண்டிருந்த திரைச்சீலை காற்றில் மெதுவாக அசைந்து, அசைந்து நீல நிற வெளிச்சத்தில் உறங்கிக் கொண்டிருந்த குழந்தைகளை இவளுக்கு காட்டி, காட்டி மறைத்தது. மூன்று குழந்தைகளும் ஒன்றின் மேல் ஒன்றாகக் கால்களையும், கைகளையும் போட்டுக்கொண்டு நிம்மதியாகத் தூங்கிக் கொண்டிருந்தனர். அப்படியே பார்வையை நகர்த்தி குணாவைப் பார்த்தாள். குழந்தைகள் போலவே அதே அச்சில் வளர்ந்த குழந்தையாக உறங்கிக் கொண்டிருந்தான் குணா. சட்டென செண்பகத்திற்கு ஒரு புள்ளியில் மனம் இளகியது. இப்பொழுது என்ன செய்வது?

அவளுடைய அப்பா காசிருக்கும் சமயத்திலெல்லாம் கீழத்தெரு பெண்மணியோடு போய்விடுவதாக அவளுடைய அம்மா பலமுறை கூறி அழுதிருக்கிறாள். குணா ஒன்றும் அப்படி பணத்தைக் கொண்டு போய் அவளிடம் கொடுத்து விடவில்லையே என தன்னைத்தானே சமாதானப்படுத்திக்கொள்ள முனைந்தாள். சரி, எப்படியாவது இந்த உறவு உடைந்த வரை நல்லது. கடவுள் தன்பக்கம் இருப்பதாக நம்பினாள். கீழே விழுந்து கிடந்தவனை கைத்தாங்கலாக நிமிர்த்தி இழுத்துக் கொண்டு வந்து பிள்ளைகளுக்கு அருகே படுக்க வைத்தாள்.

"செண்பகம், எல்லாம் சரியாகிடுமா செண்பகம்?" எனப் போதையில் உளறுபவனிடம், "சரியாகிடும்" என சமாதானப்படுத்தி உறங்க வைத்தாள்.

'பணமும், நகையும் கொடுத்தாள் என்றானே! பரவாயில்லை. மூத்தவள் வயதுக்கு வந்துவிட்டால் அதை உபயோகப்படுத்திக் கொள்ளலாம், எதுவும் நஷ்டமாகிவிடவில்லை, எல்லாம்

வந்தவரை லாபம்தான்' என எண்ணிக் கொண்டாள். எப்படியோ கணவன் தன்னிடம் வந்துவிட்டான் என்பதில் அவளுக்கு நிம்மதியிருந்தது.

அசதியாக இருந்தது. கலைந்து கசங்கி கீழே விழுந்திருந்த முந்தானையை சரி செய்கையில், இப்படித்தான் குணா அவளை ஒவ்வொரு முறையும் ஆசையாக அலுக்க, அலுக்க உறவு கொண்டிருப்பானோ எனத் தோன்றியது. அவன் மீது சொல்ல முடியாத அளவிற்கு வெறுப்பு வந்தது செண்பகத்திற்கு.